मशीनिस्ट ग्राइंडर द्वितीय वर्ष मराठी MCQ

मनोज डोळे

Made with ♥ on the Notion Press Platform
www.notionpress.com

डिजिटायझेशन ही काळाची गरज आहे. भविष्यात, प्रशिक्षण अधिक सोयीस्कर आणि सोपे करण्यासाठी औद्योगिक प्रशिक्षण संस्थांमध्ये ऑनलाइन इंटरनेट वापरून प्रशिक्षण घेणे आवश्यक आहे. MCQ प्रश्नांचा संच असलेली ई-पुस्तके प्रशिक्षणार्थींना उपलब्ध करून दिली जातील कारण त्यांना त्यांच्या औद्योगिक प्रशिक्षण संस्थांमध्ये होणाऱ्या ऑनलाइन परीक्षांच्या तयारीसाठी MCQ प्रश्नांची अधिक सवय होणे आवश्यक आहे.

या सर्व बाबी लक्षात घेऊन श्री.मनोज मधुकर डोळे प्रशिक्षक, औद्योगिक प्रशिक्षण संस्था, सातारा यांनी नवीन वार्षिक प्रणाली आणि NSQF-5 अभ्यासक्रमानुसार पुस्तके लिहिली आहेत. आणि त्यांनी प्रशिक्षण सुलभ करण्यासाठी सैद्धांतिक मोबाइल ॲप्स आणि ब्लॉग तयार केले आहेत आणि हे सर्व शैक्षणिक साहित्य जगप्रसिद्ध Google Play Store, Amazon आणि Apple Book Store वर डाउनलोड करण्यासाठी उपलब्ध केले आहे.

पुस्तकांचे प्रकाशन माननीय सहसंचालक श्री राजेंद्र घुमे साहेब प्रादेशिक व्यावसायिक शिक्षण व प्रशिक्षण कार्यालय, पुणे यांच्या हस्ते दिनांक 9/1/2019 रोजी करण्यात आले, यावेळी श्री प्रकाश सायगावकर साहेब प्राचार्य शासकीय औद्योगिक प्रशिक्षण संस्था औंध पुणे, श्री तुकाराम मिसाळ साहेब प्राचार्य डॉ. सरकार प्र.संस्था सातारा, श्री सचिन धुमाळ साहेब जिल्हा व्यवसाय शिक्षण व प्रशिक्षण अधिकारी सातारा, श्री यतीन पारगावकर साहेब मुख्याध्यापक गो. प्र.संस्था कोल्हापूर, श्री विकास टेके साहेब निरीक्षक व्यावसायिक शिक्षण व प्रशिक्षण क्षेत्रीय कार्यालय पुणे, पालेकर फूड्स प्रॉडक्ट्स प्रा. लि.चे सातारा येथील उद्योजक अध्यक्ष श्री.नीळकंठराव पालेकर साहेब, हिरा फूड्स चे चेअरमन श्री.इब्राहिम बाबा तांबोळी साहेब, सौ.शाल्मली पवार मुख्याध्यापिका शासकीय तंत्रनिकेतन केंद्र सातारा व इतर मान्यवर यावेळी उपस्थित होते.

अनुक्रमणिका

प्रस्तावना

मशिनिस्ट ग्राइंडर द्वितीय वर्ष मराठी MCQ हे ITI अभियांत्रिकी अभ्यासक्रम , द्वितीय वर्ष, मध्ये सुधारित NSQF अभ्यासक्रमासाठी एक साधे ई-पुस्तक आहे , यात अधोरेखित आणि ठळक अचूक उत्तरांसह MCQ कव्हरिंगसह वस्तुनिष्ठ प्रश्न आहेत. बेलनाकार आणि पृष्ठभाग ग्राइंडर, दंडगोलाकार बोअर ग्राइंडिंग, दंडगोलाकार ग्राइंडिंग आणि होनिंग, टोकदार स्वरूप, स्टेप्स, शोल्डर, कंपाऊंड किंवा डबल टेपर, स्टीप टेपर, लेथ सेंटर, प्लग, मोर्स टेपर, मेट्रिक टेपर बद्दल नवीनतम आणि महत्वाचे यासह सर्व विषय , मध्यभागी कमी ग्राइंडिंग प्रक्रिया, सपाट पृष्ठभागावर लॅपिंग, दंडगोलाकार पृष्ठभागावर लॅपिंग आणि h5 मर्यादेपर्यंत बफिंग, सीएनसी मशीन ऑपरेशन जसे की जॉग, संदर्भ संपादने, MDI, ऑटो मोड प्रोग्राम, कॉल आणि एंट्री, सिम्युलेशन, टूल ऑफसेट आणि बदलणे आणि विकसित कौशल्य पार्ट-प्रोग्राम तयार करून ड्रॉईंगनुसार सीएनसी टर्निंग सेंटर ऑपरेट करण्यासाठी आणि बरेच काही.

आम्ही प्रत्येक नवीन आवृत्तीसह नवीन प्रश्नांची उत्तरे जोडतो. कृपया काही त्रुटी/ वगळल्यास आम्हाला ईमेल करा. सर्व अभियांत्रिकी बहुपर्यायी प्रश्न आणि उत्तरांसाठी हे निर्विवादपणे सर्वात मोठे आणि सर्वोत्तम ई-पुस्तक आहे.

विद्यार्थी म्हणून तुम्ही ते तुमच्या परीक्षेच्या तयारीसाठी वापरू शकता. हे ई-पुस्तक प्राध्यापकांना साहित्य रीफ्रेश करण्यासाठी देखील उपयुक्त आहे.

नांदी, प्रस्तावना

21 व्या शतकातील औद्योगिक क्षेत्रातील वेगाने वाढणाऱ्या मागणीच्या अनुषंगाने बहु-कुशल कारागीरांचा पुरवठा करण्यासाठी व्यवसाय शिक्षण आणि व्यवसाय प्रॅक्टिकल विभागामार्फत व्यावसायिक शिक्षण आणि प्रशिक्षण विभागामार्फत व्यावसायिक शिक्षण आणि प्रशिक्षण दिले जाते. संस्थांमधील सर्व व्यवसाय महत्त्वाचे आहेत, कारण या व्यवसायांतील प्रशिक्षणार्थी उद्योगाच्या मागणीनुसार बहु-कौशल्ये विकसित करतात.

औद्योगिक क्षेत्रातील सर्व उद्योगांमधील सर्व परीक्षा ऑनलाइन घेतल्या जातात आणि त्यामध्ये MCQ पद्धतीच्या प्रश्नांचा समावेश होतो हे लक्षात घेऊन सर्व व्यवसायांसाठी योग्य MCQ ई-पुस्तके उपलब्ध करून देण्याच्या उदात्त हेतूने. श्री.मनोज मधुकर डोळे यांनी नवीन वार्षिक अभ्यासक्रमानुसार MCQ पद्धतीवर खूप चांगले ई-बुक लिहिले आहे. हे ई-बुक सर्व प्रशिक्षणार्थी, प्रशिक्षणार्थी उमेदवार, प्रशिक्षण प्रशिक्षक आणि संबंधित इतरांसाठी निश्चितच मार्गदर्शक ठरेल.

पुस्तकाचे लेखक श्री.मनोज मधुकर डोळे आहेत, इन्स्ट्रक्टर गव्हर्नमेंट ITI सातारा यांना 17 वर्षांचा प्रशिक्षणाचा अनुभव आहे. नवीन वार्षिक पॅटर्न म्हणून लिहिलेल्या, या ई-बुकमध्ये प्रत्येक विषयासाठी मांडणी, सोपी भाषा आणि सोपी वाक्यरचना, आकृती आणि व्हिडिओ समजून घेण्यासाठी आधुनिक डिजिटल QR कोड तंत्रज्ञान समाविष्ट केले आहे. त्यामुळे सखोल अभ्यास आणि परीक्षेच्या सरावासाठी हे ई-बुक नक्कीच उपयोगी पडेल याची मला खात्री आहे. त्यांनी केलेले काम नक्कीच कौतुकास्पद आहे.

श्री तुकाराम मिसाळ
प्राचार्य शासकीय औद्योगिक प्रशिक्षण संस्था सातारा.

ऋणनिर्देश, पावती

DGET नवी दिल्ली आणि CSTARI कोलकाता ऑगस्ट 2018 च्या सत्रापासून ITI मधील सर्व व्यवसायांसाठी वार्षिक पॅटर्न लागू करत आहेत. परीक्षा पद्धतीतही बदल करण्यात येणार असून या वर्षीपासून ती ऑनलाइन होणार असून सर्व प्रश्न वस्तुनिष्ठ स्वरूपाचे (MCQ) असल्याने प्रशिक्षणार्थींना सखोल अभ्यासाची नितांत गरज आहे. हे लक्षात घेऊन जुन्या NIMI पॅटर्नवर आधारित पुस्तके आणि नवीन वार्षिक पॅटर्नचे संपूर्ण विहंगावलोकन सादर करताना आम्हाला आनंद होत आहे आणि आम्हाला आशा आहे की ही पुस्तके सर्व व्यवसाय संचालक आणि प्रशिक्षणार्थींसाठी मार्गदर्शक ठरतील. आहे.

ही पुस्तके लिहिल्याबद्दल जोहर आवटे साहेब, ITI अकलूजचे प्राचार्य. ITI सातारा चे माजी प्राचार्य सायगावकर साहेब, सहाय्यक संचालक श्री चंद्रकांत ढेकणे साहेब व्यवसाय शिक्षण व प्रशिक्षण प्रादेशिक कार्यालय, पुणे, जिल्हा व्यवसाय शिक्षण व प्रशिक्षण अधिकारी सचिन धुमाळ साहेब व मुख्याध्यापिका शासकीय तंत्रनिकेतन केंद्र शाल्मली पवार मॅडम व मुलगा अधिराज डोळे, आई कुसुम डोळे. , माझे वडील मधुकर डोळे आणि पत्नी अश्विनी डोळे यांनी वेळोवेळी केलेल्या विशेष मार्गदर्शन व सहकार्याबद्दल मी त्यांचा मनःपूर्वक आभारी आहे.

तसेच अतिशय कमी कालावधीत पुस्तक प्रकाशित करण्यात अमूल्य वेळ दिल्याबद्दल श्री राजेंद्र घुमे साहेब, सहसंचालक, व्यवसाय शिक्षण व प्रशिक्षण प्रादेशिक कार्यालय, पुणे यांनी पुस्तकाचे पुनरावलोकन केले. त्यांच्या अभिप्रायाबद्दल मी मनापासून आभारी आहे.

पुस्तक लिहिण्याच्या सुरुवातीपासूनच सतत पाठबळ दिल्याबद्दल ITI सातारा च्या प्रशिक्षकांचा मी आभारी आहे.

या पुस्तकातून, ई-लर्निंगबद्दलचे माझे विचार तुमच्याशी शेअर करण्यात मी स्वतःला धन्य समजतो. हे पुस्तक परिपूर्ण आहे असा दावा मी करणार नाही, कारण परिपूर्णतेचा विचार करता हे पुस्तक एक प्रयत्न आहे आणि बाल्यावस्थेत आहे. त्यांची चाचणी आणि सूचना दिल्यास ते सुधारण्यासाठी मोलाचे ठरतील.

मनोज डोळे

दिनांक 9/1/2019

1

मशीनिस्ट ग्राइंडर द्वितीय वर्ष मराठी MCQ Drawing

Online Test Exam
ITI Books
CNC Course
AutoCAD CAM
JOB & Apprentice
Online Theory
Computer Course
Trading Course
Web Designing
MSCIT Course
Shopping Business
Internet Business
Remotasks Course
Online Services
Top Sportsmans
Indian Army
Freedom Fighters
Top Scientists
Social Reformers
Motivational Speaker
Top Richest People
Join WhatsApp Group
Join Facebook Group
Like Facebook Page
PAN / Adhar / Licence Passport

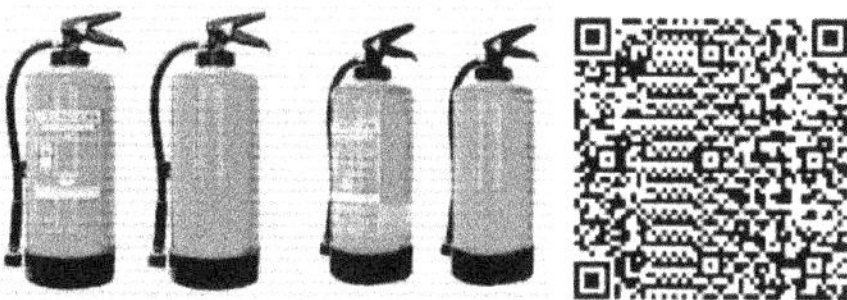

Fire extinguisher

Calliper

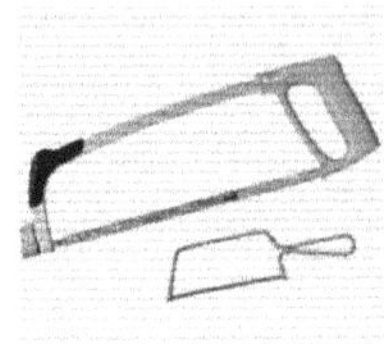

Hacksaw frame

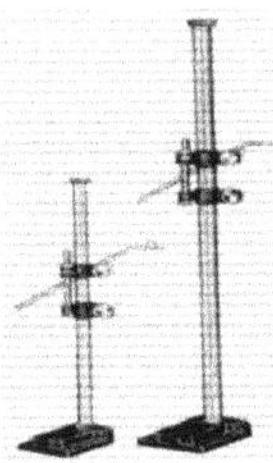

Universal surface guage

Hammer

Centre punch

Bench vice

Files

Scraper

Surface Plate

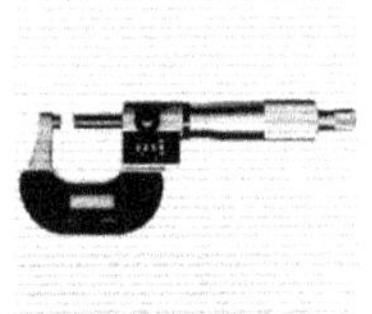

Outside Micrometer

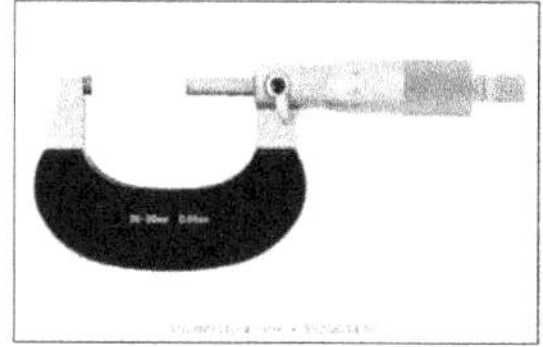

Micrometer

Depth micrometer

Vernier Calliper

Vernier bevel protractor

Drilling

Reamer

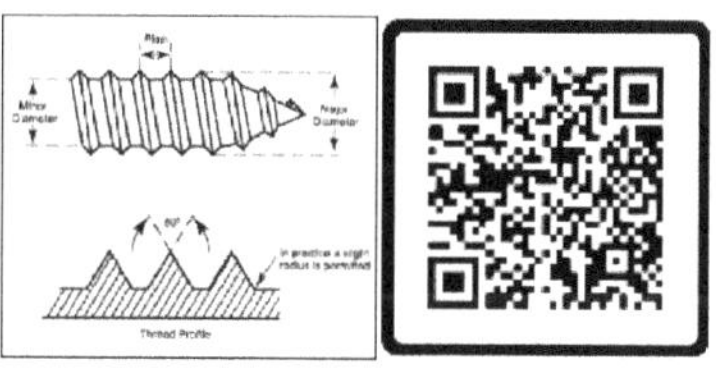

Thread

Tap Die

Grinding Wheel

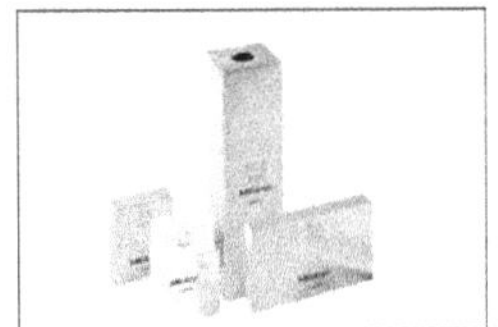

Slip gauge

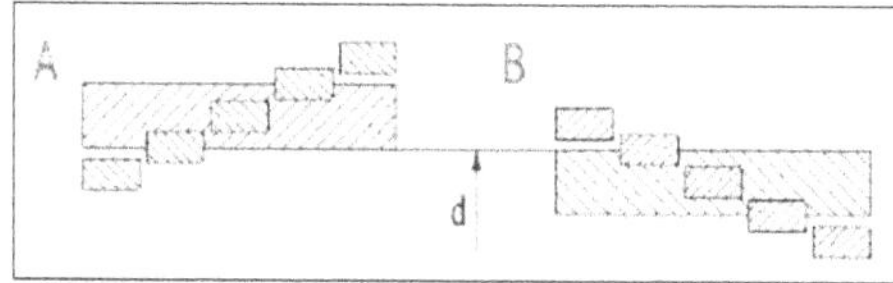

Limit fit tolerance

Lathe Machine

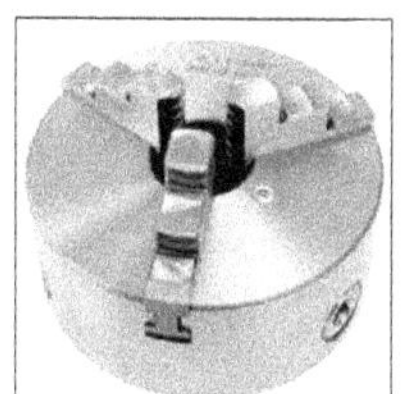

Lathe chuck

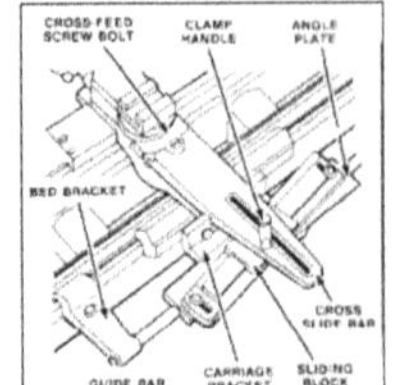

Taper turning attachment

taper ring gauge

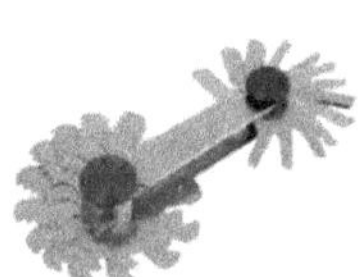

screw pitch gauge

Gear

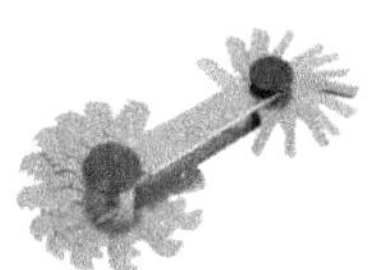

screw pitch gauge

Tap Die

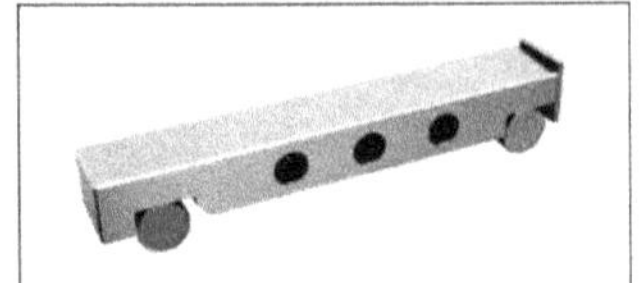

Sine bar

Slip gauge

Dial test indicator

Telescopic gauge

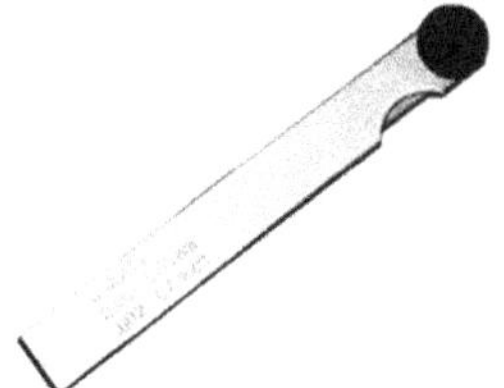

Feeler gauge

Centre gauge

Jig

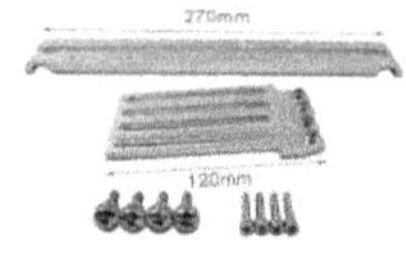

Fixture

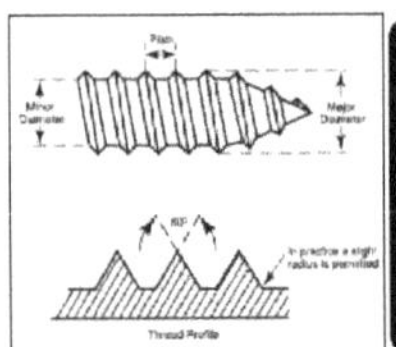

Thread

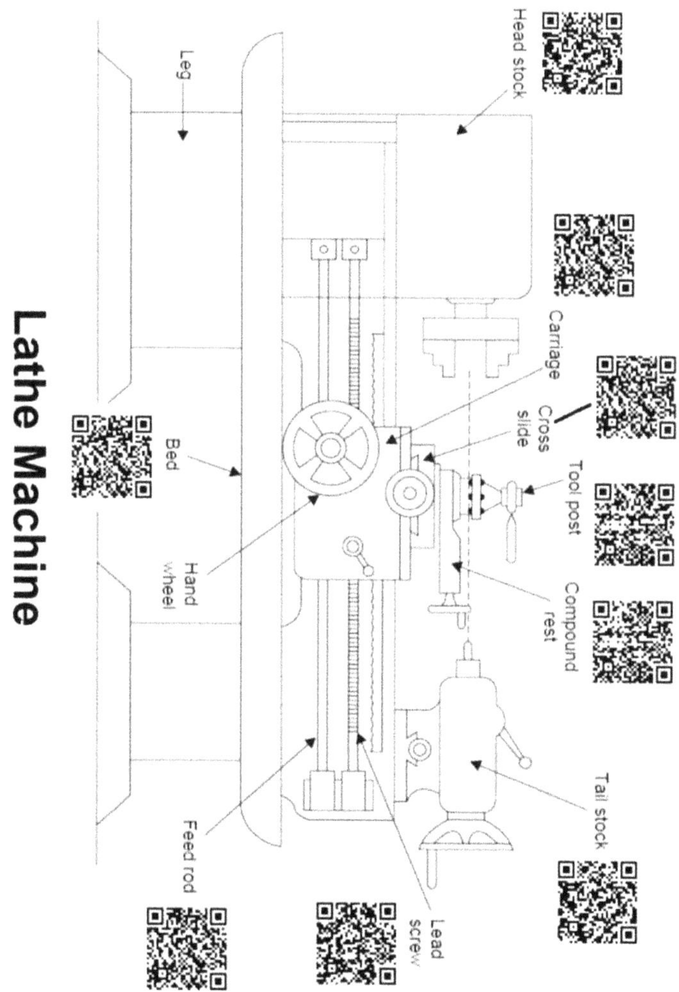
Lathe Machine
Head stock
Leg
Carriage
Cross slide
Tool post
Compound rest
Tail stock
Bed
Hand wheel
Lead screw
Feed rod

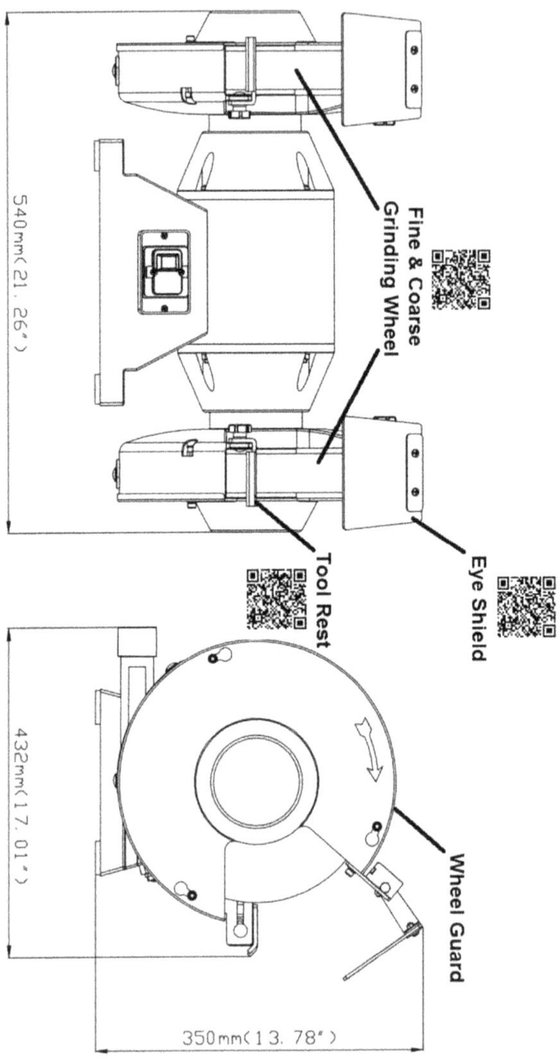
Bench Grinding Machine
Fine & Coarse Grinding Wheel
Eye Shield
Tool Rest
Wheel Guard
540mm(21.26")
432mm(17.01")
350mm(13.78")

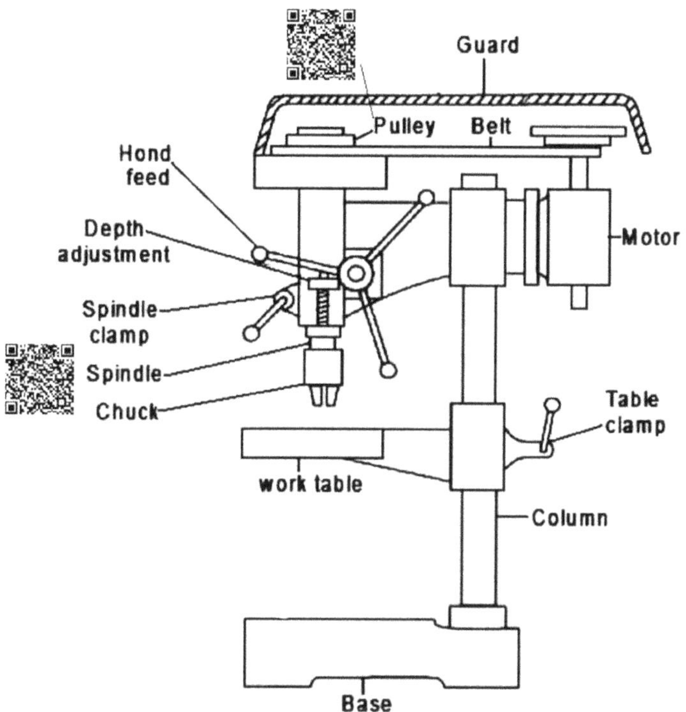

Piller Drilling Machine

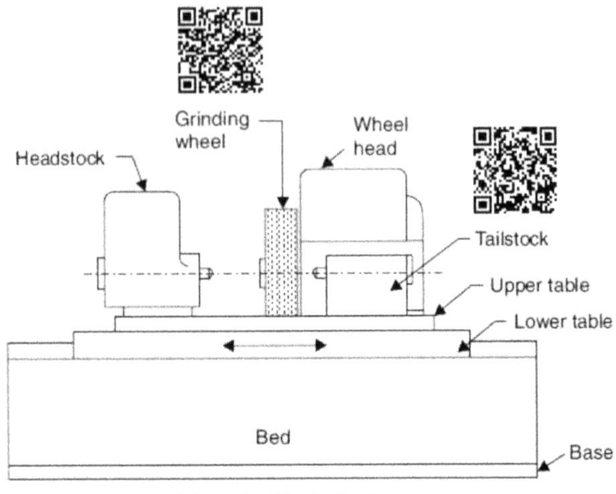

plain cylindrical grinder

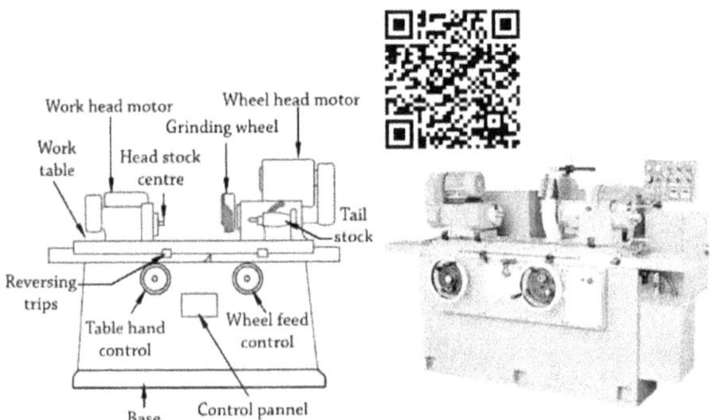

Cylindrical grinding machine

To study Different operations and parts of Surface Grinding Machine

SURFACE GRINDER

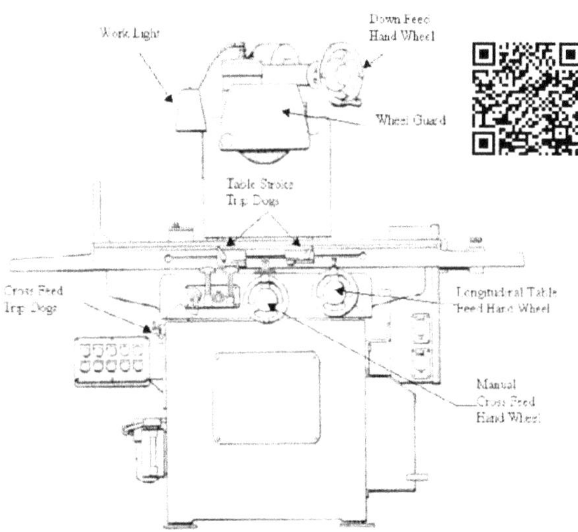

Surface grinding is used to produce a smooth finish on flat surfaces. It is a widely used abrasive machining process in which a spinning wheel covered in rough particles (grinding wheel) cuts

PLAIN OR HORIZONTAL MILLING MACHINE

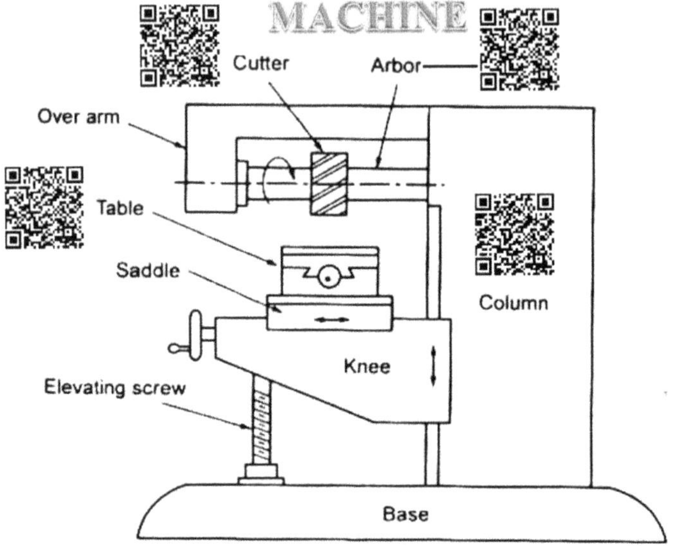

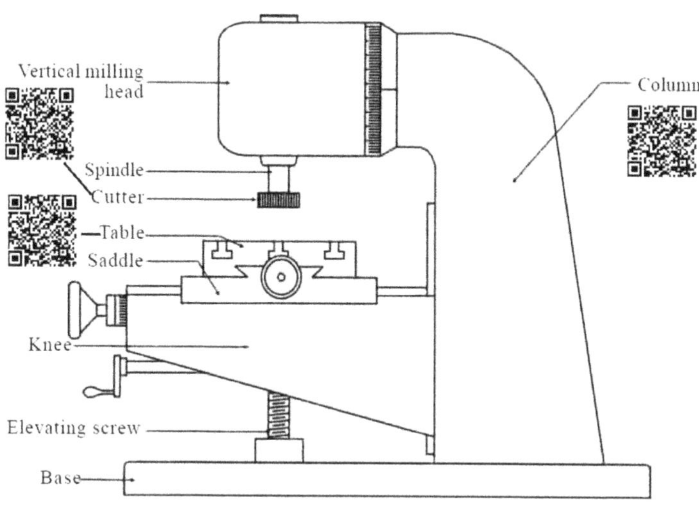

Vertical Milling Machine

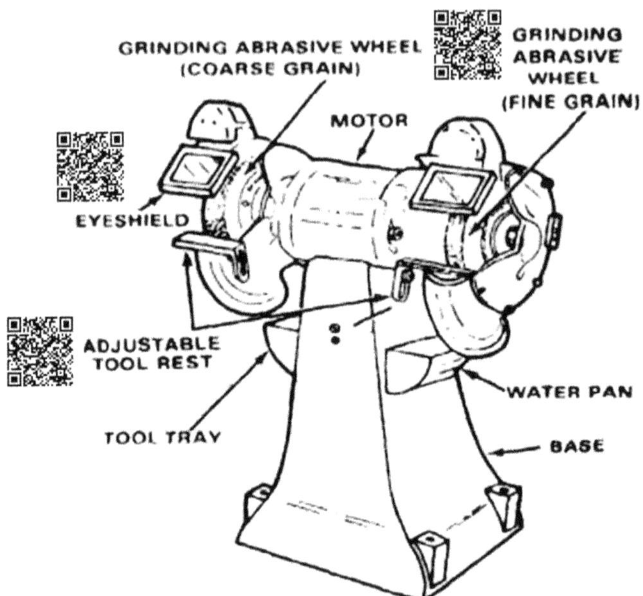

Pedastal Grinding Machine

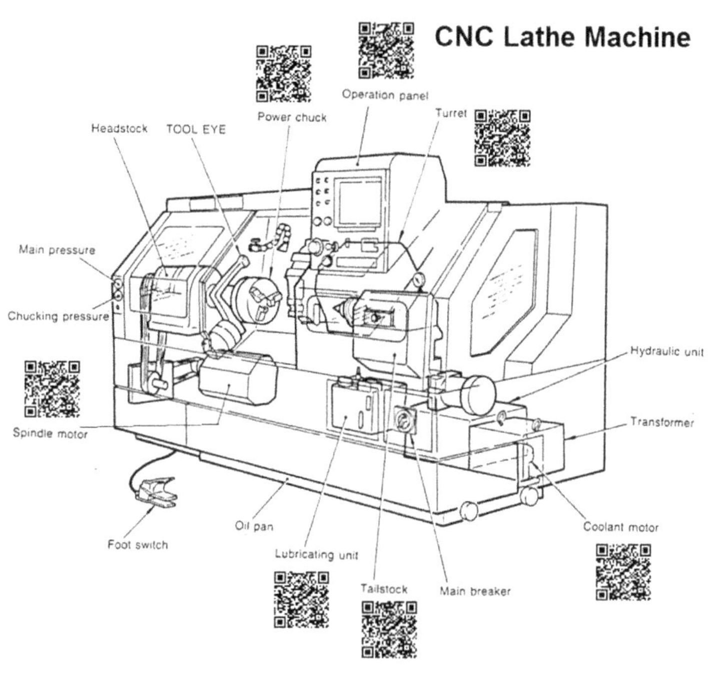
CNC Lathe Machine
Operation panel
Power chuck
Turret
Headstock
TOOL EYE
Main pressure
Chucking pressure
Hydraulic unit
Transformer
Spindle motor
Coolant motor
Oil pan
Foot switch
Lubricating unit
Tailstock
Main breaker

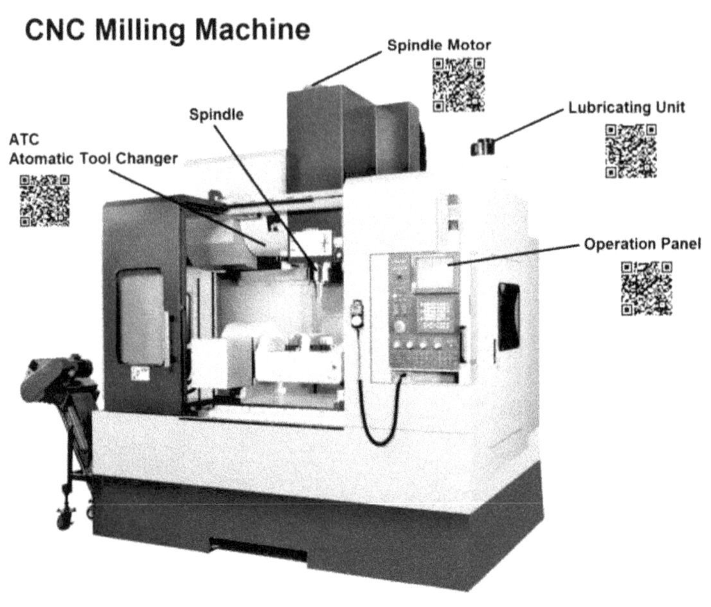

CNC Machine Power Pack

Tool Change & Spindle Speed in CNC Machine.

Coolant in CNC Machine.

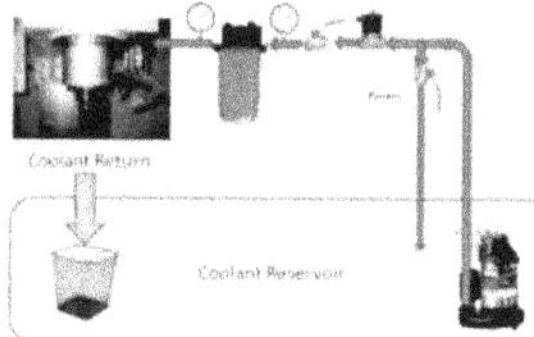

2

मशीनिस्ट ग्राइंडर द्वितीय वर्ष मराठी MCQ

०१] जॉबच्या दोन वेगवेगळ्या प्लॅन्समध्ये एकवचन पृष्ठभाग दळण्यासाठी -------- धरण्यासाठी वापरला जातो

अ] साधा दुर्गुण

<u>ब] सार्वत्रिकदुर्गुण</u>

क] चुंबकीय

ड] फेस प्लेट

०२] पृष्ठभाग ग्राइंडिंगसाठी दृष्टीकोन आणि ओव्हर ट्रॅव्हल --------- मिमी आहे.

अ] 5-10 मि.मी

<u>ब] 10-15 मिमी</u>

क] 7.5-12 मिमी

ड] 12-17 मिमी

Hammers.png

03] टेबल ट्रॅव्हर्सच्या संदर्भात मशीन वाइस संरेखित करताना ------------- हातोडा मारण्यासाठी वापरला पाहिजे.

अ] प्लास्टिक हातोडा

ब] बॉल पेन हातोडा

<u>क] लाकडीहातोडा</u>

ड] रबर हातोडा

04] चुंबकीय चक ----- वर्क टेबलच्या ट्रॅव्हर्ससह संरेखित आहे

अ] लंब

ब] टोकदार

<u>क] समांतर</u>

ड] समांतर आणि लंब

05] खालीलपैकी अचूक ग्राइंडिंग मशीन कोणते आहे?

अ] पेडेस्टल ग्राइंडिंग मशीन

<u>C] दंडगोलाकारपृष्ठभागआणिटूलआणिकटरग्राइंडिंगमशीन</u>

ब] बेंच ग्राइंडिंग मशीन

ड] हात पीसण्याचे यंत्र

06] In ग्राइंडिंग मशीन, टेबलची हालचाल कशी उलटवली जाते?

अ] मर्यादा स्विचद्वारे

ब] समीपतेने

क] स्टॉपर्सद्वारे

<u>ड] सहलीच्याकुत्र्यांकडून</u>

bench
grinder-wheel.png

07] ग्राइंडिंग मशीनमध्ये वापरल्या जाणाऱ्या हायड्रॉलिक द्रवपदार्थाचा गुणधर्म कोणता नाही?

अ] ते हवा नियंत्रित किंवा शोषू नये

ब] त्यामुळे हलणाऱ्या भागांना गंज येऊ नये

क] पुरेशी स्निग्धता असावी

<u>डी] ऑपरेटिंगतापमानातत्याचीवाफहोणेआवश्यकआहे</u>

(i] पेडेस्टल ग्राइंडर

08] पेडेस्टल ग्राइंडिंग मशीन ------------ द्वारे धरले जाते

अ] यंत्र

<u>ब] हात</u>

क] स्थिरता

ड] तक्ता

०९] व्हील फेस आणि टूल रेस्ट मधील अंतर --- असावे.

अ] 4 मिमी

ब] 5 मि.मी

क] शून्य

<u>ड] 3 मिमी</u>

10]जमिनीच्या कामाच्या तुकड्यातून अवशिष्ट चुंबकत्व काढून टाकणारी उपकरणे. .

<u>अ] डी-मॅग्नेटायझर</u>

ब] इलेक्ट्रोमॅग्नेट

क] कायम चुंबक

ड] वरीलपैकी काहीही नाही

11] चुंबकीय चक निर्दिष्ट करण्यासाठी तपशील द्यावा ------

अ] प्रकार विद्युत चुंबकीय असोत

ब] चकची लांबी

क] साधा दुर्गुण

<u>ड] हेसर्व</u>

12] कोणत्या प्रकारच्या ग्राइंडिंग मशीनमध्ये चुंबकीय चक वापरला जातो?

<u>अ] पृष्ठभागपीसण्याचेयंत्र</u>

ब] दंडगोलाकार ग्राइंडिंग मशीन

क] अंतर्गत ग्राइंडिंग मशीन

ड] कॅम शाफ्ट ग्राइंडिंग मशीन

14] पृष्ठभाग ग्राइंडरवर सर्वात लोकप्रिय चक ---------- आहे.

अ] वायवीय चक

ब] हायड्रॉलिक चक

<u>क] चुंबकीयचक</u>

D} तीन कायदा चक

Lathe Chuck.png

15} चुंबकीय चकची मर्यादा--------- आहे.

अ] वेरिएबल होल्डिंग प्रेशर

ब] जास्त सेटअप वेळ

<u>क] लहानकामाच्यातुकड्यासहमध्यभागीआणिकामकरण्यातअडचण</u>

ड] वरीलपैकी काहीही नाही

16] चुंबकीय चक वापरताना डिमॅग्नेटायझरचा उद्देश ----

अ] फक्त चक डिमॅग्नेटाइज करा

C] चकआणिवर्कपीसदोन्हीडिमॅग्नेटाइजकरा

ड] यापैकी नाही

17] अरुंद पृष्ठभाग असलेले काम, ज्याला थेट चुंबकीय चक कठोरपणे धरता येत नाही -----------

अ] साधादुर्गुण

ब] सार्वत्रिक दुर्गुण

C] 'C' क्लॅम्पसह कोन प्लेट

ड] चुंबकीय चक

18] युनिव्हर्सल स्विव्हलिंग वायसमध्ये किती स्वतंत्र स्विव्हलिंग हालचाली प्रदान केल्या जातात.

अ] २

ब] ३

क] ४

ड] 5

19] टोकदार पृष्ठभाग पीसण्यासाठी खालीलपैकी कोणते वर्क होल्डिंग उपकरण प्राधान्य दिले जाते

अ] फेस प्लेट

ब] चार जबडा चक

क] सार्वत्रिकदुर्गुण

ड] थेट केंद्रे

20] रॉडवर गोल पृष्ठभाग पीसण्यासाठी ग्राइंडिंग मशीनचे नाव द्या.

A} पृष्ठभाग ग्राइंडिंग मशीन

ब] टूल आणि कटर ग्राइंडर

क] दंडगोलाकारग्राइंडिंगमशीन

ड] कॅम शाफ्ट ग्राइंडर

21] बेलनाकार ग्राइंडिंग मशीन भागाचे नाव सांगा जो टेबलच्या हालचालीला लंब हलवतो.

अ] पाया

ब] हेड स्टॉक

क] शेपटी साठा

ड] चाकाचेडोके

22] दंडगोलाकार ग्राइंडर --------- आहे

अ] साधा दंडगोलाकार ग्राइंडर

ब] युनिव्हर्सल ग्राइंडर

क] मध्यभागी कमी ग्राइंडर

<u>ड] हेसर्व</u>

23] साध्या दंडगोलाकार ग्राइंडरचा वापर उत्पादनासाठी केला जाऊ शकतो-

A} टेपर्स

ब] कटाखाली

C] अवतल आणि बहिर्वक्र त्रिज्या

<u>ड] हेसर्व</u>

(v] अंतर्गत ग्राइंडर

24] तुम्ही अंतर्गत त्रिज्या अचूक असल्याची खात्री कशी कराल?

अ] त्रिज्या गेजद्वारे

ब] गोल बॉल बेअरिंग बसवून

क] साच्यानुसार

<u>D] ऑपरेशनच्याजॉबच्यात्रिज्येच्याबरोबरीनेएकअंतर्गतपीसकरून</u>

25] ग्राइंडिंग मशीनचे नाव सांगा ज्यावर बोअर ग्राइंडिंग केले जाते.

अ] दंडगोलाकार ग्राइंडर

ब] अंतर्गत दंडगोलाकार ग्राइंडर

<u>क] पृष्ठभागपीसणे</u>

ड] केंद्र कमी ग्राइंडर

26] चेहरा पीसणे -------- मध्ये केले जाते.

अ] पृष्ठभाग ग्राइंडर

ब] बाह्य दंडगोलाकार ग्राइंडर

<u>C] अंतर्गतदंडगोलाकारग्राइंडर</u>

ड] कॅमशाफ्ट ग्राइंडर

27] अंतर्गत ग्राइंडिंग मशीन ---- तयार करण्यासाठी वापरली जातात

<u>अ] अंतर्गतदंडगोलाकारछिद्रे</u>

ब] टॅपर्ड पृष्ठभाग

क] सपाट पृष्ठभाग

ड] यापैकी नाही

28] टूल आणि कटर ------------- द्वारे पुन्हा आकार दिला जातो

अ] पृष्ठभाग पीसण्याचे यंत्र

<u>ब] टूलआणिकटरग्राइंडिंगमशीन</u>

क] दंडगोलाकार ग्राइंडिंग मशीन

ड] रोटरी ग्राइंडिंग मशीन

29] टूल आणि कटर ग्राइंडरच्या भागाचे नाव सांगा ज्यावर व्हील हेड बसवले जात आहे.

अ] पाया

ब] खोगीर

<u>क] स्तंभ</u>

ड] तक्ता

32] सदोष केंद्र छिद्रांमुळे त्रुटी ------- च्या ऑपरेशनद्‍वारे दूर केली जाते.

अ] पृष्ठभाग ग्राइंडर

<u>ब] मध्यभागीकमीग्राइंडर</u>

क] टूल आणि कटर ग्राइंडर

ड] दंडगोलाकार ग्राइंडर

33] मधोमध कमी दळणे, कामाचा तुकडा ----- वर राहतो

अ] चकचे केंद्र

ब] फेस प्लेट

<u>सी] विश्रांतीब्लेड</u>

ड] यांपैकी अली

34] खालीलपैकी कोणता केंद्र ग्राइंडिंगचा फायदा नाही?

अ] लोडिंग आणि अनलोडिंग दरम्यान वॉय पीसची सुलभ हाताळणी

ब] लांब कामाचे तुकडे हाताळणे

क] शाफ्ट आणि ठिसूळ काम दोन्ही हाताळले जाऊ शकते

<u>ड] कमीपीसण्याचावेग</u>

36] मायक्रोमीटरच्या बाहेरील मेट्रिकच्या स्लीव्हवरील एका भागाचे मूल्य किती आहे?

अ] 2.00 मि.मी

ब] 1.00 मि.मी

<u>क] 0.50 मि.मी</u>

ड] 1.50 मि.मी

Out Side Micrometer.png

37] मायक्रोमीटरमध्ये लॉक नट ---------- प्रदान केले जाते.

अ] कामाचे अचूक मोजमाप करा

ब] मायक्रोमीटर वापरात नसताना लॉक करा

<u>C] सेटिंगकामसंपल्यानंतरवाचनलॉककरा</u>

ड] स्पिंडलच्या हालचालीवर नियंत्रण ठेवा

38} मायक्रोमीटरमध्ये 0.02 मिमीची सकारात्मक त्रुटी आहे. जेव्हा मायक्रोमीटर 25.41 मिमी मोजतो तेव्हा योग्य वाचन काय आहे?

<u>अ] 25.39 मिमी</u>

ब] 25.39 मिमी

क] 25.39 मिमी

ड] 25-39 मिमी

Dial Guage.png

40] बाहेरील व्यासाची जोडणी तपासण्यासाठी खालीलपैकी कोणते उपकरण वापरले जाते?

अ] व्हर्नियर कॅलिपर

ब] बाहेरील मायक्रोमीटर

C] चाचणीनिर्देशकडायलकरा

ड] कॅलिपर डायल करा

41] मायक्रोमीटरमध्ये 0.02 मिमीची सकारात्मक त्रुटी असते. जेव्हा मायक्रोमीटर 25.41 मिमी मोजतो तेव्हा योग्य वाचन काय आहे?

A] 25.37 मिमी

ब] 25.39 मिमी

क] 25.43 मिमी

ड] 25.45 मिमी

42] खालीलपैकी कोणत्या मायक्रोमीटरमध्ये थंबल आणि स्लीव्हवरील ग्रॅज्युएशन बाहेरील मायक्रोमीटरच्या उलट दिशेने आहेत?

अ] मायक्रोमीटरच्या आत

ब] डेप्थमायक्रोमीटर

क] ट्यूब मायक्रोमीटर

ड] फ्लँज मायक्रोमीटर

43] मायक्रोमीटर ------ या तत्वावर कार्य करते.

अ] पेंच

ब] बोल्ट

क] स्टड

<u>ड] नटआणिस्क्रू</u>

(ii] मायक्रोमीटरच्या आत -

44] आतल्या सर्वात लहान मायक्रोमीटरमध्ये स्लीव्हवर ग्रॅज्युएशन चिन्हांकित आहे

अ] 10 मि.मी

ब] 12 मिमी

<u>क] 13 मिमी</u>

ड] 25 मि.मी

Depth Micrometer.png

45] खोलीच्या सूक्ष्ममापकाची पदवी --------- असते.

<u>A] अंगठ्याआणिआस्तीनदोन्हीबाहेरीलमायक्रोमीटरच्याउलटदिशेने</u>

ब] स्लीव्हच्या फक्त उलट दिशेने

क] फक्त अंगठ्यावर उलट दिशेने

ड] बाहेरील मायक्रोमीटर सारखे

46] डेप्थ मायक्रोमीटरची सर्वात कमी गणना ----------- मेट्रिक प्रणालीमध्ये आहे

अ] 1 मि.मी

ब] 0.001 मिमी

C] 0.0001 मिमी

<u>ड] 0.01 मिमी</u>

47] डेप्थ मायक्रोमीटरच्या स्पिंडलची पिच --------मेट्रिक पिचमध्ये असते.

अ] 0.01 मिमी
ब] 0.02 मिमी
क] 0.3 मिमी
<u>ड] 0.5 मिमी</u>
52] खालीलपैकी कोणते अप्रत्यक्ष मोजण्याचे साधन आहे?
अ] व्हर्नियर कॅलिपर
ब] युनिव्हर्सल बेव्हल प्रोटॅक्टर
<u>क] कॅलिपरच्याआत</u>
D} lnsrde मायक्रोमीटर
(vii] व्हर्नियर कॅलिपर -
53] व्हर्नियर कॅलिपरने अचूकपणे वाचता येणारे किमान मोजमाप काय म्हणतात?
<u>अ] कमीतकमीसंख्या</u>
ब] शून्य वाचन
क] मुख्य प्रमाण वाचन
ड] प्रत्यक्ष वाचन

Vernier Caliper 1.png

54] व्हर्नियर कॅलिपरची सर्वात कमी संख्या ---------- आहे
<u>A] 1 MSD-1 VSD</u>
ब] 1 VSD-1 MSD
C] 2 MSD-1 VSD

D] 1 MSD+1 VSD

55] रुंदी तपासण्यासाठी (21H8] a ----------- वापरले जाते

अ] डेप्थ व्हर्नियर

ब] बाहेरील मायक्रोमीटर

<u>क] व्हर्नियरकॅलिपर</u>

D] डायल टेस्ट इंडिकेटर

56] व्हर्नियर कॅलिपरने अचूकपणे वाचता येणारे किमान मापन असे म्हणतात –

अ] शून्य वाचन

<u>ब] कमीतकमीसंख्या</u>

क] मुख्य प्रमाण वाचन

ड] वास्तविक वाचन -शून्य त्रुटी

57] व्हर्नियर हाईट गेजच्या कोणत्या भागावर मुख्य प्रमाणात विभागणी केली जाते? .

अ] पाया

ब] व्हर्नियर प्लेट

<u>क] तुळई</u>

ड] बारीक समायोजन युनिट

Vernier Height
Gauge.png

58] चिन्हांकित करण्यासाठी व्हर्नियर उंची गेज -------- वर असणे आवश्यक आहे

अ] यंत्र साधनाचा पलंग

<u>ब] पृष्ठभागप्लेट</u>

क] चौरस ब्लॉक

ड] कोणतीही सपाट पृष्ठभाग

५९] व्हर्नियर हाईट गेज वापरण्यापूर्वी -------- याची खात्री करा.

अ] लॉकिंग स्क्रू लॉक केलेल्या स्थितीत आहे

ब] स्क्राइबर लॉक केलेले आहे

C] व्हर्नियरचाशून्यमुख्यस्केलच्याशून्याशीएकरूपहोतो

ड] गिब प्रदान केला आहे

60] व्हर्नियर उंची गेजची सर्वात कमी गणना............ आहे.

अ] ०.०५ मिमी

ब] 0.1 मिमी

C] 0.02 मिमी

ड] 0001 मिमी

61] व्हर्नियर हाईट गेज घालण्यासाठी कोणता ---------- वर वापरला पाहिजे

अ] व्ही ब्लॉक

ब] मशीन बेड

क] पृष्ठभागप्लेट

ड] कोणतीही सपाट पृष्ठभाग

६२] व्हर्नियर हाईट गेजच्या तुळईवर सरकलेला भाग ------ म्हणून ओळखला जातो.

अ] पाया

ब] बीम स्केल

क] लेखक

ड] व्हर्नियरस्लाइड

63] व्हर्नियर हाईट गेजचा पाया साधारणपणे --------- यापासून बनविला जातो.

अ] कास्ट लोह.

ब] पोलाद

क] ॲल्युमिनियम मिश्र धातु

ड] टंगस्टन कार्बाइड

64] लेआउट चिन्हांकित करण्यासाठी कोणते साधन वापरले जाते?

अ] मायक्रोमीटर

ब] व्हर्नियर

क] डेप्थ गेज

ड] व्हर्नियरउंचीमापक

65] व्हर्नियर उंची गेजसह चिन्हांकित करताना, कामाचा तुकडा सामान्यतः ---------- असतो.

अ] कोनप्लेटद्वारेसमर्थित

ब] दुसर्या कामाच्या तुकड्याने समर्थित

क] एका हाताने धरलेला

ड] समर्थनाशिवाय आयोजित

Vernier Bevel
Protractor.png

66] व्हर्नियर बेव्हल प्रोट्रेक्टरची सर्वात कमी गणना आहे?

अ] 1 मिनिट

<u>ब] 5 मिनिटे</u>

C] 10 मिनिटे

D] 2‘3 मिनिटे

67] व्हर्नियर बेव्हल प्रोट्रॅक्टरने मापन करताना, सामान्यतः संदर्भ पृष्ठभाग म्हणून कोणता भाग वापरला जातो?

अ] ब्लेड

ब] डायल करा

क] डिस्क

<u>ड] साठा</u>

68] व्हर्नियर बेव्हल प्रोट्रॅक्टर मोजण्यासाठी डिझाइन केलेले आहे?

अ] तीव्र कोन

ब] अस्पष्ट कोन

<u>क] तीव्रआणिओबट्युजकोन</u>

ड] लाइनर परिमाणे

69] व्हर्नियर बेव्हल प्रोट्रॅक्टरच्या कोणत्या भागावर मुख्य प्रमाणात विभागणी केली जाते?

अ] डिस्क

ब] ब्लेड

क] डायल करा

ड] साठा

70] व्हर्नियर बेव्हल प्रोट्रेक्टरमध्ये किमान 5 मोजण्यासाठी 23° मुख्य स्केल -.. मध्ये विभागले जातात.

A] व्हर्नियरस्केलवर 12 समानभाग

ब] व्हर्नियर स्केलवर 22 समान भाग

सी] व्हर्नियर स्केलवर 24 समान भाग

डी] व्हर्नियर स्केलवर 25 समान भाग

73] खालीलपैकी कोणता संयोग संचाचा भाग नाही?

अ] साठा

ब] चौकोनी डोके

क] संरक्षक डोके

ड] केंद्र प्रमुख

74} डायल टेस्ट इंडिकेटरचे उपयोग ----------

अ] समांतरता आणि सपाटपणासाठी समतल पृष्ठभाग तपासणे

ब] शाफ्ट आणि बार्सचा सरळपणा तपासण्यासाठी

क] छिद्र आणि शाफ्ट्सची एकाग्रता तपासण्यासाठी

ड] वरीलसर्व

Dial Guage.png

75] डायल चाचणी निर्देशक दर्शवितात की मापन -------

<u>अ] विवर्धितलहानभिन्नताबिंदूद्वारेआकारआहे</u>

ब] वरच्या पायऱ्यांमधील फरक 5 मि.मी

क] घटकाचा वास्तविक आकार

ड] परिमाण थेट वाचन

76] लहान फरक मोठे करणारे उपकरणाचे नाव सांगा.

अ] व्हर्नियर कॅलिपर

ब] मायक्रोमीटर

<u>C] डायलइंडिकेटर</u>

ड] पोलादी नियम

77] सरफेस प्लेट्स .... पासून बनतात.

अ] उच्च दर्जाचे कास्ट स्टील

<u>ब] बारीकदाणेदारकास्टआयर्न</u>

क] मिश्र धातु स्टील्स

ड] लोह

79] पृष्ठभागाच्या प्लेटचा मुख्य वापर .... साठी आहे.

अ] विश्रांती स्थिरता

ब] घटक पृष्ठभाग लॅपिंग

<u>सी] डेटापृष्ठभागचिन्हांकितकरणे</u>

ड] पोलादी नियम

(ii] ’V‘ ब्लॉक आणि ’c‘ क्लॅम्प 04

80] तपासणीसाठी ब्लॉक पातळी वापरली जाते

अ] फक्त कोनीय संरेखन

<u>ब] अनुलंबआणिक्षैतिजसंरेखन</u>

क] फक्त उभ्या संरेखन

ड] फक्त क्षैतिज संरेखन

V Block.png

81] सपाट पृष्ठभाग दंडगोलाकार पृष्ठभागावर बारीक करण्यासाठी आपण --------- वापरतो.

अ] वैश्विक दुर्गुण

ब] चुंबकीय चक

<u>C] ’U‘ clamps सह ’V‘ ब्लॉक</u>

ड] साधा दुर्गुण

82] एका दंडगोलाकार कामाच्या तुकड्याचा चेहरा 90° वर बारीक करणे ------

A] 'C' क्लॅम्प असलेली कोन प्लेट

ब] सार्वत्रिक दुर्गुण

क] साधा दुर्गुण

D] 'v' क्लॅम्पसह 'v' ब्लॉक

83] v ब्लॉकचा उद्देश ------ आहे.

अ] सपाट पृष्ठभाग धरून ठेवणे

ब] दंडगोलाकारपृष्ठभागधरूनठेवणे

टॅक्सी]

ड] यापैकी नाही

84] ------------- डाय स्टील आणि तीक्ष्ण धार असलेली उपकरणे पीसण्यासाठी वापरली जाते

अ] सिलिकॉन कार्बाइड

ब] हिरवेसिलिकॉनकार्बाइड

क] ॲल्युमिनियम ऑक्साईड

ड] पांढरा ॲल्युमिनियम ऑक्साईड

85] ----- कार्बाइड कटिंग टूल्स पीसण्यासाठी वापरला जातो

अ] ग्रीनग्रिटसिलिकॉनकार्बाइड

ब] सिलिकॉन कार्बाइड

C] पांढरा ॲल्युमिनियम ऑक्साईड

ड] ॲल्युमिनियम ऑक्साईड

86] सिलिकॉन कार्बाइड --------- ॲल्युमिनियम ऑक्साईडपेक्षा आहे.

अ] मऊ

ब] कठिण

क] लहान

ड] मोठा

88] गो या अक्षरांनी कोणता दर्शविला जातो?

अ] सिलिकॉन कार्बाइड

ब] पांढरा ॲल्युमिनियम ऑक्साईड

C] हिरवेग्रिटसिलिकॉनकार्बाइड

ड] ॲल्युमिनियम ऑक्साईड

89] ------------ कमी तन्य शक्ती सामग्रीसाठी वापरला जातो

अ] ॲल्युमिनियम ऑक्साईड

ब] ग्रीनग्रिटसिलिकॉनकार्बाइड

C] सिलिकॉन कार्बाइड

ड] पांढरा अॅल्युमिनियम ऑक्साईड

bench grinder-wheel.png

90] ---------- नॉन-फेरस पदार्थ पीसण्यासाठी वापरला जातो

अ] सिलिकॉनकार्बाइड

ब] अॅल्युमिनियम ऑक्साईड

C] पांढरा अॅल्युमिनियम ऑक्साईड

ड] ग्रीन ग्रिट सिलिकॉन कार्बाइड

91] ग्राइंडिंग व्हीलचे नाव द्या जे ग्राइंडिंग जलद आणि थंड करते.

A] अॅल्युमिनियम ऑक्साईड

ब] सिलिकॉन कार्बाइड

क] हिरा

ड] घन बोरॉन ऑक्साईड

92] कोणत्या अपघर्षकामध्ये कडकपणा सर्वाधिक असतो?

अ] कोरंडम

ब] सिलिकॉन कार्बाइड

क] बोरॉन नायट्राइड

ड] हिरा

(ii] बाँड -05

93] बारीक धारदार साधन दळण्यासाठी योग्य असलेल्या ग्राइंडिंग व्हीलचा बंध .... आहे.

अ] शेलॅक

ब] धातू

क] रेझिनोइड

ड] विट्रिफाइड

94] हे 'R' अक्षराने दर्शविले जाते आणि चाके कापण्यासाठी योग्य आहे

अ] विट्रिफाइड बॉण्ड

ब] सिलिकेटबंध

क] शेलॅक बाँड

ड] रबर बंध

95] हे B अक्षराने दर्शविले जाते आणि जेथे जलद स्टॉक काढणे आवश्यक असते तेथे वापरले जाते ---

अ] शेलॅक बाँड

ब] रबर बंध

क] रेझिनोइडबंध

ड] सिलिकेट बंध

96] ग्राइंडिंग व्हीलमध्ये बाँडचा वापर ------ आहे.

अ] काम दळणे

ब] साहित्य एकत्र ठेवणे

क] ग्राइंडिंग व्हील आकार पासून

ड] अपघर्षकदाणेधरूनचाकाचाआकारतयारकरणे

97] विट्रिफाइड बॉण्डसह HSS साठी 0 ------- श्रेणीतील कटिंग स्पीड (m/min] ला प्राधान्य दिले जाते.

अ] 5 ते 10

ब] 10 ते 15

क] 15 ते 20

ड] 15 ते 25

(iii] धान्य -05

99] धान्याला --------- असेही म्हणतात.

अ] श्रेणी

ब] काजळी

क] पकड

ड] द्राक्ष

101] ग्राइंडिंग व्हील 46 चा ग्रिट आकार दिलेला आहे, योग्य ग्राइंडिंग ऑपरेशन निवडा ----------

अ] पेडेस्टल ग्राइंडिंगसाठी वेल्डरच्या दुकानात काठ तयार करण्यासाठी वापरला जातो

ब] पृष्ठभागाच्या ग्राइंडरवर खडबडीत जॉब रफिंग आणि फिनिशिंग दोन्हीसाठी

<u>क] पृष्ठभागग्राइंडरवररफिंगऑपरेशनसाठी</u>

ड] दंडगोलाकार ग्राइंडरमध्ये वापरण्यासाठी

102] ग्राइंडिंग ऑपरेशनसाठी बेंच ग्राइंडर फिनिशिंग ऑपरेशनवर ब्लंट सिंगल पॉइंट टूल्स पुन्हा तीक्ष्ण करण्यासाठी ग्राइंडिंग व्हीलचा आकार योग्य आहे ----------

अ] ३६

ब] ४६

<u>क] 60</u>

ड] 80

103] ग्राइंडिंग ऑपरेशनमध्ये, मऊ साहित्य पीसण्यासाठी --------

<u>अ] भरडधान्याचाआकारवापरलाजातो</u>

ब] फिन धान्याचा आकार वापरला जातो

क] मध्यम आकाराचे धान्य वापरले जाते

ड] कोणत्याही आकाराचे धान्य वापरले जाऊ शकते

(iv] रचना

104] ओपन स्ट्रक्चर्ड व्हील ---------- साठी वापरले जाते.

<u>अ] चांगलेथंडकरणेआवश्यकआहे</u>

ब] कामाचा वेग

क] रफ फिनिशिंग

ड] हलके आणि जुने यंत्र

105] ग्राइंडिंग व्हीलची रचना -------- यावर अवलंबून असते.

अ] ग्राउंड असल्याने सामग्रीची कडकपणा

ब] ग्राइंडिंग ऑपरेशनचे स्वरूप

क] समाप्त करणे आवश्यक आहे

<u>D] हेसर्व (v] ग्रेड</u>

106] मऊ चाक जेव्हा वापरले जाते

अ] काढल्या जाणाऱ्या सामग्रीचा साठा जास्त जड कापलेला आहे

ब] उच्च समाप्त आवश्यक

क] संपर्काचे क्षेत्र अधिक आहे

<u>ड] कठीणसाहित्यदळणे</u>

107] मी ग्रेड किंवा ग्राइंडिंग व्हील यावर अवलंबून आहे................

अ] कोमलता

<u>ब] कडकपणा</u>

क] ठिसूळपणा

ड] सच्छिद्रता

108] ln ग्राइंडिंग सराव, चाकाचा कडकपणा किंवा चाकाचा दर्जा" या शब्दाचा संदर्भ -------- आहे.

अ] वापरलेल्या अपघर्षकांची कडकपणा

<u>ब] चाकाच्याबंधाचीताकद</u>

क] कामाच्या तुकड्याची कडकपणा

ड] वापरलेले अपघर्षक प्रकार

(vi] ग्राइंडिंग व्हीलचे प्रकार 04

109] ग्राइंडिंग व्हीलचे मानक आकार ---------- द्वारे नियुक्त केले जातात.

<u>अ] संख्येचेप्रकार</u>

ब] धान्यांचे प्रकार

क] चाकांचे प्रकार

ड] आकारांचे प्रकार

110] वर्क पीसमध्ये प्रदान केलेले अवशेष छिद्र ग्राइंडिंग व्हीलच्या तीक्ष्ण ----------- सामावून घेतात.

<u>अ] कोपरा</u>

ब] मध्य

क] क्रॉस

ड] चेहऱ्याला समांतर

111] खोल स्लॉटच्या तळाशी पृष्ठभाग पीसताना, चाक ----------- स्लॉटच्या वरच्या पृष्ठभागावर घासू नये. .

अ] वर

<u>ब] बाजू</u>

क] तळ

D] समोर

112] सरळ जमिनीचा पृष्ठभाग टूल आणि कटर ग्राइंडरने कापला जातो -----------------

अ] साधे चाक

<u>ब] कपचाक</u>

क] शंकूच्या आकाराचे चाक

ड] डिस्क चाक

(vii] ग्राइंडिंग व्हीलचे तपशील

113] ग्राइंडिंग व्हीलचे स्पेसिफिकेशन 180x 13x 31.75 An 46/54-H8-VG ग्राइंडिंग व्हीलची जाडी किती आहे.

अ] ४६/५४

ब] H8

<u>क] १३</u>

ड] 31.75

114] ग्राइंडिंग व्हीलचे तपशील 180 X 13 X 31.75 AA 46/54-H8 VG. अपघर्षक धान्यांचा आकार किती आहे?

अ] १३

ब] 31.75

क] H8

<u>ड] 46/54</u>

115] ग्राइंडिंग व्हील स्टॅंडर्ड मार्किंगमध्ये किती वैशिष्ट्यपूर्ण चिन्हे आहेत?

अ] ८.

<u>ब] ७</u>

क] ६

ड] 5

116] ग्राइंडिंग व्हील स्पेसिफिकेशन 51-A-46-H-5-VS असे दिले आहे ज्यामध्ये क्रमांक 46 म्हणजे ----

अ] श्रेणी

ब] बंध

<u>क] धान्याचाआकार</u>

ड] रचना

117] ग्राइंडिंग व्हीलच्या स्पेसिफिकेशनमध्ये 51 A -46 -L 5 -V -23, A प्रतिनिधित्व --------

अ] बॉंड प्रकार

<u>ब] अपघर्षकप्रकार</u>

क] धान्याचा आकार

ड] बॉंड ग्रेड

118, ग्राइंडिंग व्हील खालील घटकांनी निर्दिष्ट केलेले पूर्ण आहे

<u>अ] अपघर्षकप्रकार, धान्यआकार, श्रेणी, रचना, बंध</u>

ब] धान्याचा आकार, दर्जा, रचना, घर्षणाचा प्रकार, बोंड

क] रचना, बोंड, धान्य आकार, अपघर्षक प्रकार, ग्रेड

ड] वरीलपैकी काहीही नाही

05] ग्राइंडिंग व्हील निवड 09

119] काढल्या जाणाऱ्या साहित्याचा साठा जड कापून जास्त असतो, आम्ही -------- वापरतो.

अ] मऊ चाक

<u>ब] भरडधान्यखुलीरचनाआणिहार्डग्रेडचाक</u>

क] बारीक धान्य आणि दाट रचना

ड] मऊ ग्रेड आणि खडबडीत हरभरा चाक

120} बारीक ग्रिट, हार्ड ग्रेड ग्राइंडिंग व्हील आवश्यक आहे ----------- खडबडीत मऊ ग्रेड चाकांपेक्षा ग्राइंडिंग भत्ते

अ] लीस

<u>ब] अधिक</u>

क] समान

ड] वरीलपैकी काहीही नाही

121] कठीण साहित्य दळण्यासाठी ----------

अ] रेषा धान्य आणि दाट रचना

ब] मऊ ग्रेड आणि भरड धान्य चाक

<u>क] मऊचाक.</u>

ड] भरड धान्य खुली रचना आणि हार्ड ग्रेड चाक

122] मऊ ग्रेड आणि भरड धान्य चाक ---------

अ] कामाचा वेग कमी

<u>ब] संपर्कक्षेत्रअधिकनिवडकआहे</u>

क] कठीण साहित्य पीसण्यासाठी

ड] उच्च समाप्त आवश्यक आहे

123] उच्च फिनिश आवश्यक -------

अ] मऊ ग्रेड आणि भरड धान्य चाक

ब] मऊ चाक

<u>क] बारीकधान्यआणिदाटरचना</u>

ड] भरड धान्य खुली रचना आणि हार्ड ग्रेड चाक

124] हार्ड ग्रेड आणि दाट रचना चाक ----------

अ] चाकाचा उच्च वेग

ब] खडबडीत समाप्त

<u>क] प्रकाशआणिजुन्यामशीनसाठी</u>

ड] चांगले थंड करणे आवश्यक असल्यास

125] रफ फिनिश -----------' खुली रचना

अ] संरचित चाक उघडा

<u>ब] भरडहरभरा an</u>

क] नॅग्स चाक

ड] हार्ड ग्रेड आणि दाट रचना आणि संरचना चाक

128] फिनिशिंगसाठी सामान्य ग्राइंडिंग भत्ता काय असावा?

अ] 0.05 ते 0.10 मिमी

ब] 0.10 ते 0.20 मि.मी

<u>क] 0.20 ते 0.50 मि.मी</u>

ड] 0.50 ते 1 मि.मी

(ii] सहिष्णुता ०१

129] अचूक ग्राइंडर --- पर्यंत जवळ सहनशीलता राखण्यासाठी वापरले जातात

अ] 0.001 मिमी

ब] 0.010 मिमी

<u>C] 0.002 मिमी</u>

ड] 0.020 मिमी

130] यांत्रिक पृष्ठभाग निर्देशकाची मापन लेखणी ------- बनलेली असते.

<u>अ] हिरा</u>

ब] टूल स्टील

क] कार्बाइड

ड] कास्ट मिश्रधातू

131] आकृतीमध्ये दर्शविलेल्या मॅंडरेलच्या भूमितीय चाचणीचे नाव द्या.

अ] अंडाकृती तपासा

ब] टेपर तपासा

C] विक्षिप्त साठी तपासा

<u>ड] एकाग्रतेसाठीतपासा</u>

132] ISO 9000 .... शी संबंधित आहे.

उत्पादकता

ब] सुरक्षितता स्वच्छता

क] स्वच्छता

<u>ड] नोंदीअद्ययावतकरणे</u>

133] पहिली ठिणगी ----- वाजता उचलली पाहिजे

अ] उजव्या हाताने कामाचा शेवट

ब] डाव्या हाताचे शेवटचे काम

क] कामाचा मध्य

<u>ड] कामाचेउच्चस्थान</u>

134] ------ साठी ग्राइंडिंग व्हील बॅलन्सिंग आवश्यक आहे.

अ] चाक फिरवणे

ब] अधिक साहित्य काढण्यासाठी

<u>क] पीसतानामशीनचेकंपनकमीकरा</u>

ड] जास्त वेगाने धावणे

137] मँडरेलवर 'बी' प्रकार केंद्र प्रदान केले आहे -----------------'

अ] केंद्र समर्थन संलग्न करण्यासाठी

ब] mandrel चालविण्यास

<u>क] केंद्राचेनुकसानहोण्यापासूनसंरक्षणकरण्यासाठी</u>

ड] वजन कमी करण्यासाठी 0 ई

139] कॉलर प्रकारातील मँड्रेल ------ तपासण्यासाठी वापरतात.

अ] बोअर प्रकार घटक

ब] शाफ्ट प्रकार घटक

<u>क] सीटिंगफेसघटकासहबोअर</u>

ड] चेहरा बसण्याचा घटक

140] कोलेट्स ---------- यापासून बनवले जातात.

अ] सौम्य पोलाद

B] टूल स्टील

<u>क] स्प्रिंगस्टील</u>

ड] बांधकाम स्टील

141] ग्राइंडिंग व्हीलची नवीन स्थिती उघड करण्यासाठी, डायमंड पॉइंटला त्याच्या मागील स्थितीकडे वळवावे. 0

अ] ६०°

<u>ब] ९०°</u>

C] 45°

ड] 30

142] हे ऑपरेशन वारंवार केल्यास चाकाचे आयुष्य कमी होते d.

अ] चकाकी

ब] सत्य

<u>क] मलमपट्टी</u>

D] Loa mg

145] पीसताना विकसित झालेली केंद्रापसारक शक्ती बरोबरीची प्रक्रिया ---------

अ] चकाकी

<u>ब] सत्य</u>

क] लोडिंग

ड] मलमपट्टी

147] ग्राइंडिंग व्हील ड्रेसिंग ही प्रक्रिया आहे ------------------

अ] क्लोग्स काढणे

<u>ब] 0f रनआऊटकाढणे.</u>

क] ग्लेझिंग काढून टाकणे

ड] शिल्लक बाहेर काढणे

148] चाकाची छिद्रे अडकलेली असतात कोणत्या चिप्स ----------

अ] सत्य

ब] कपडे घालणे

क] ग्लेझिंग

<u>ड] लोडिंग</u>

149] ग्राइंडिंग व्हीलची तीक्ष्णता आणि पॉलिश पृष्ठभाग नष्ट होणे ----- म्हणून ओळखले जाते.

अ] लोडिंग

ब] कपडे घालणे

क] सत्य

<u>ड] ग्लेझिंग</u>

150] ग्राइंडिंग व्हील ग्लेझिंगचे कारण आहे -----

अ] चाकाचा वेग खूप वेगवान आहे

ब] चाकाचा वेग खूपच कमी आहे

क] धान्य आकार खूप बारीक आहे

<u>ड] हेसर्व</u>

151] दळण्याचे चाक -------- मुळे चमकते.

<u>अ] अपघर्षकधान्यांचापोशाख</u>

ब] बाँडचा पोशाख

क] चाकात क्रॅक

ड] चाकाला धार लावणे

152] कोरड्या दळण्यासाठी --------ओल्या दळण्यापेक्षा ग्राइंडिंग भत्ता आवश्यक आहे.

<u>अ] कमी</u>

ब] समान

क] अधिक

ड] यापैकी नाही

153] ओल्या ग्राइंडरचा फायदा म्हणजे ------------

अ] डस्ट एक्स्ट्रॅक्टरची आवश्यकता

ब] ग्राइंडिंग व्हील जलद परिधान करते

क] उडणारे कण वातावरण खराब करतात

<u>ड] ग्राइंडिंगऑपरेशनप्रभावीपणेनियंत्रितकरण्याससक्षम</u>

154] शीतलक ग्राइंडिंग ऑपरेशनमध्ये वापरण्याचा उद्देश ------ आहे.

अ] कामाची उष्णता कमी करण्यासाठी

ब] चाकाची उष्णता कमी करण्यासाठी

<u>क] चाकाचीउष्णताकमीकरण्यासाठीआणिपीसणारीधूळवाहूननेण्यासाठी</u>

D] मशीनचे तापमान राखण्यासाठी

155] पाणी आणि पॅराफिन मिश्रित शीतलक डायमंड व्हील ग्राइंडरसाठी वापरले जाते कूलंटचे मिश्रण गुणोत्तर......

<u>अ] १:१</u>

ब] १:२

क] 123

ड] १:४

156] कास्ट आयर्न आणि कडक पोलाद धातूंवर वापरण्यासाठी विद्राव्य तेल आणि पाण्याचे शीतलक मिश्रणाचे प्रमाण काय आहे?

अ] १:२०

ब] १:३०

<u>क] १:४०</u>

ड] 1:60

157] शीतलक धारणेवर ग्राइंडिंग व्हीलचा परिणाम होतो --------

अ] कडकपणा

ब] बाँड प्रकार

क] धान्याचा आकार

<u>ड] सच्छिद्रता</u>

158] खालीलपैकी कोणता द्रव कापण्याचा गुणधर्म नाही?

<u>अ] कमीविशिष्टउष्णता</u>

ब] उच्च वंगण

ड] रासायनिक स्थिरता

C] उच्च फिल्म उत्कलन बिंदू

159] एक्स्ट्रीम प्रेशर ॲडिटीव्ह (EPA] ची शक्ती सुधारण्यासाठी कटिंग फ्लुइडमध्ये मिसळले जाते.

अ] थंड करणे

ब] स्नेहन

ड] मशीन केलेल्या पृष्ठभागाचे उत्पादन

क] कटिंग झोनची स्वच्छता

160] मशीन टूल्समध्ये स्नेहक वापरण्याचा मुख्य उद्देश ------ आहे.

अ] बनवण्याचे भाग थंड करा

ब] मशीन टूल गरम होण्यापासून प्रतिबंधित करा

C] जवळच्या संपर्कासाठी बनवण्याचे भाग ओले करा

ड] बनवणाऱ्याभागांमधीलघर्षणकमीकरा

161] आकाराची मर्यादा म्हणजे.................

अ] कमालआणिकिमानआकार

ब] कमाल आणि कमाल आकार

क] कमाल आणि मध्यम आकार

ड] मध्यम आणि किमान आकार

limit fit
tolerance.png

162] मानकानुसार, किती मूलभूत विचलन अस्तित्वात आहेत?

अ] २३

ब] २५

क] २७

ड] २९

164] बदलण्याची क्षमता सामान्यतः ------ साठी लागू केली जाते

अ] भागांची दुरुस्ती

<u>ब] मोठ्याप्रमाणावरउत्पादन</u>

क] सिंगल पीस उत्पादन

ड] हे सर्व

165] ln छिद्र आधार प्रणाली............

अ] शाफ्टचा आकार स्थिर केला जातो

<u>ब] छिद्राचाआकारस्थिरकेलाजातो</u>

क] अनुज्ञेय सहिष्णुता छिद्र आणि शाफ्टवर दिली जाते

ड] भत्ता फक्त छिद्रावर दिला जातो

166] छिद्रावर सहिष्णुता दिल्याने मिळणारा फायदा म्हणजे ------

अ] उत्पादन वाढवा

ब] उत्पादनात घट

क] घटक अचूकपणे पूर्ण करा

<u>डी] आवश्यकपरवानगीयोग्यआकारत्रुटीमध्येभागतयारकरा</u>

167] एक गियर बॉक्स शाफ्ट 20 H7/g6 म्हणून निर्दिष्ट केलेल्या बेअरिंगसह बसवलेला आहे. फिटचा प्रकार काय आहे?

<u>अ] क्लिअरन्सफिट</u>

ब] संक्रमण फिट

क] हस्तक्षेप फिट

ड] जड हस्तक्षेप फिट

168] आकाराच्या कमाल मर्यादा आणि घटकाच्या संबंधित मूलभूत आकारातील फरक आहे»

अ] वास्तविक विचलन

<u>ब] वरचेविचलन</u>

C] सहिष्णुता

ड] कमी मर्यादा

169] व्यास आणि जाडी द्रुतपणे मोजण्यासाठी वापरल्या जाणार्‍या गेजचे नाव.

अ] मर्यादा मापक

ब] रिंग गेज

क] प्लग गेज

<u>ड] स्नॅपगेज</u>

170] खालीलपैकी कोणते टेपर गेजचे कार्य नाही?

<u>अ] चरआणिअंतरमोजणे</u>

ब] छिद्राचा आकार मोजण्यासाठी

क] स्लॉट रुंदी मोजण्यासाठी

ड] पृष्ठभाग समाप्त शोधण्यासाठी

171] एक प्लग गेज ज्याचा "गो" आणि "नो गो" आकार एकाच टोकाला असतो त्याला -------- म्हणतात.

अ] सिंगल एंडेड प्लग गेज

ब] डबल एंडेड प्लग गेज

C] प्रोग्रेसिव्हप्लगगेज

ड] सतत प्लग गेज

172] प्लग गेजच्या "गो" बाजूचा व्यास ~~~~~~ इतका असेल

अ] एकर

ब] नोकरीचा कमाल आकार

क] कामाचा मूळ आकार

ड] नोकरीचाकमालआकार

173] ln एक टेपर प्लग गेज गो आणि नो गो एन्ड्स आकार ------ वर एका पायरीने दर्शविला जातो.

अ] स्वतंत्रपणे

ब] दोन्ही बाजू

क] समानबाजू

ड] दोन्ही बाजू

174] प्लग गेजचे कार्य म्हणजे ------

अ] वर्क पीसचा बाह्य व्यास मोजा

ब] कामाच्या तुकड्याची लांबी मोजा

क] छिद्राचाअंतर्गतव्यासमोजा

D] पृष्ठभागाचा कोन मोजा (ii] प्लेन रिंग गेज 01

175] तपासण्यासाठी साधा रिंग गेज वापरला जातो.............

अ] टेपर छिद्र

ब] दंडगोलाकारभागांचाबाह्यव्यास

C] दंडगोलाकार भागांचा अंतर्गत व्यास

D] बाह्य धाग्याचा प्रमुख व्यास

Slip Gauge.png

176] स्लिप गेज .... साठी आहेत.

अ] खडबडीत मोजमाप

क] अचूकमोजमाप

ब] बारीक मापन

ड] गंभीर मोजमाप

177] फिलर गेज मोजण्यासाठी वापरला जातो ------

अ] अचूक मोजमाप

ब] बारीक माप

क] रेडियल अंतर

D] अंतर

178] फिलर गेजचे कार्य म्हणजे ------

अ] नमुन्याचा व्यास मोजा

ब] अंतराचीरुंदीमोजा

क] नमुन्याची उंची मोजा

ड] वक्रता मोजा

179] बॉल बेअरिंगच्या बाह्य शर्यतीत अंतर्गत त्रिज्या वळते. .

अ] आठ बिटसाठी

ब] सर्व संचलनासाठी

क] बेअरिंगमध्येजामीनबसण्यासाठी

ड] जुळणीच्या सोयीसाठी

180] कॅल्क्युलेट ग्राइंडिंग ही ---------- क्रियेद्वारे सामग्री काढण्याची प्रक्रिया आहे.

अ] घासणे

ब] कटिंग

क] पॉलिशिंग

ड] परिधान

181] पीसण्याच्या प्रक्रियेसाठी खालीलपैकी कोणत्या पद्धतीला प्राधान्य दिले जात नाही?

अ] द्रव जेट

क] अधूनमधूनपुरवठा

ब] गुरुत्वाकर्षणाखाली पूर

ड] संकुचित हवेत मिसळलेले

183] रफिंगसाठी कटची शिफारस केलेली खोली ----------- आहे

अ] ०.०२० ते ०.०४० मिमी

ब] ०.०१५ ते ०.०५० मिमी

क] 0.010 ते 0.020 मिमी

D] ०.०१५ते०.०३०मिमी

184] फिनिशिंग ऑपरेशन दरम्यान पृष्ठभाग ग्राइंडिंगसाठी कटची पसंतीची खोली श्रेणीमध्ये असते ----

अ] 0.5 ते 1 मि.मी

ब] 0.05 ते 1 मि.मी

क] 0.005 ते 0.01 मि.मी

ड] 0.0005 ते 0.01 मि.मी

185] .... मुळे ग्राइंडिंग व्हीलमध्ये क्रॅक विकसित होतो.

अ] उष्णतेची निर्मिती

ब] उच्चगती

क] मंद गती

ड] यापैकी नाही

186] कामाच्या पृष्ठभागावर चाकाने प्रत्येक स्ट्रोकवर हलवलेले अंतर 1..... असे म्हणतात.

अ] कटाची खोली

ब] चारा

क] कटिंग वेग

ड] जड कट

187] स्पिंडल स्पीड 1000 आरपीएम आणि चाकाचा व्यास 350 मिमी असलेल्या ग्राइंडिंग व्हीलच्या पृष्ठभागाच्या गतीची गणना करा

अ] 18.31 मी/से

ब] 18.3 मी/मिनिट

C] 18.31 मिमी/ रेव्ह

डी] लॅम/से

188] ग्राइंडिंग मशीनच्या स्पिंडल गतीची गणना करा ज्याच्या पृष्ठभागाचा वेग 50 मीटर सेकंद आहे आणि चाकाचा व्यास 300 मिमी आहे

अ] 3814 मिमी

ब] 3184 मिमी

C] 4184 मिमी

ड] 4814 मिमी

190] ग्राइंडिंग व्हीलचा वेग ---------- मध्ये व्यक्त केला जातो.

अ] मीटर / क्रांती

ब] मीटर/सेकंद

C] मीटर/मिनिट

डी] मिमी/क्रांती

191] 2000 आरपीएम स्पिंडल गती असलेल्या ग्राइंडिंग व्हीलच्या पृष्ठभागाच्या गतीची गणना करा आणि चाकाचा व्यास 300 मिमी.

अ] ३०.४ मी/से

ब] 33 मी/से

क] 31.4 मिलीसे

ड] ३१ मी/मी

192] ग्राइंडिंग मशीनच्या स्पिंडल गतीची गणना करा ज्याचा पृष्ठभागाचा वेग 30 मीटर/सेकंद आहे आणि चाकाचा व्यास 200 मिमी आहे.

A] 9554 rpm

B] 8554 rpm

C] 9455 rpm

ड] सिलिकेट बंध

194] 300 मिमी व्यासाचे ग्राइंडिंग व्हील 942 मीटर/मिनिट वेगाने धावते, तर RPM .... द्वारे दिले जाते.

अ] 1000

ब] 500

क] 800

ड] 10000

(iv] ट्रॅव्हर्स फीड -

195] फिनिश ग्राइंडिंगसाठी टेबल ट्रॅव्हर्सचा योग्य दर --------- आहे.

A] चाकांच्यारुंदीचा 1/3 / कामाचीक्रांती

ब] चाकांच्या रुंदीचा 2/3 / कामाची क्रांती

क] चाकाच्या रुंदीच्या समान / कामाची क्रांती

ड] चाकांच्या रुंदीचा 1/2 / कामाची क्रांती

196] ग्राइंडिंगमधील खाद्य -------- यावर अवलंबून असते.

अ] चाकाची रुंदी

ब] समाप्त करणे आवश्यक आहे

क] यंत्राची शक्ती

ड] दोन्हीला] 8103]

197] जास्तीत जास्त फीड फोर्ट रफ ग्राइंडिंग ----------- द्वारे दिले जाते. .

अ] ग्राइंडिंगव्हीलच्याचेहऱ्याच्यारुंदीच्या 0.9 पट

ब] ग्राइंडिंग व्हीलच्या चेहऱ्याच्या 0.5 पट रुंदी

C] ग्राइंडिंग व्हीलच्या रुंदीच्या 1.2 पट

ड] ग्राइंडिंगच्या रुंदीच्या 2 वेळा. चाक

198] अंतर्गत ग्राइंडिंगसाठी ग्राइंडिंग व्हीलचा RPM बाह्य ग्राइंडिंगच्या तुलनेत जास्त असतो कारण ....

अ] अंतर्गत ग्राइंडिंगसाठी परिधीय गती जास्त आहे

ब] दळण्याचीचाकेलहानअसतात

C] चाकाशी 'वर्क्स'च्या संपर्काचा चाप मोठा असतो

ड] ग्राइंडिंग भत्ता जास्त आहे

199] दंडगोलाकार ग्राइंडरच्या दिलेल्या डेटासाठी ग्राइंडिंग व्हीलच्या आरपीएमची गणना करा, जेथे D = 300m, n = 3.14, CS = 1600.

A] 1625 rpm

ब] 1650 आरपीएम

C] 1700 rpm

D] 1750 rpm

200] लॅपिंगवर ॲब्रेसिव्ह एम्बेड करण्याच्या प्रक्रियेला --- म्हणतात.

अ] फिक्सिंग

ब] घासणे

क] चार्जिंग

ड] लॅपिंग

201] खालीलपैकी कोणता वायवीय प्रणालीचा फायदा आहे?

अ] कमी किमतीच्या मांडणीसाठी

ब] उत्पादनाचा दर वाढवण्यासाठी

C] कामाच्या चांगल्या वातावरणासाठी

<u>ड] हेसर्व</u>

202] सीएनसी लेथमध्ये अंगभूत को-ऑर्डिनेट्स मापन प्रणाली आहे. या समन्वय प्रणालीची शून्य स्थिती म्हणतात

अ] संदर्भ बिंदू

<u>क] शून्यबिंदूकाम</u>

ब] यंत्र शून्य बिंदू

D] कार्यक्रम शून्य बिंदू

203] सीएनसी मशिनमध्ये शून्य ऑफसेट मोजताना आत असावे

A] MDI मोड

<u>ब] जोगमोड</u>

C] स्वयंचलित मोड

ड] प्रीसेट मोड

204] कमांड 'M' मशीनला ऑपरेशन करण्यासाठी ऑर्डर देईल. 'M' कमांड सायकलच्या सुरुवातीला किंवा शेवटी ऑपरेशन करेल. कमांड M03 म्हणजे ---

अ] प्रोग्रामचा शेवट आणि रीसेट.

<u>ब] स्पिंडेचेघड्याळाच्यादिशेनेफिरणे</u>

C] कार्यक्रम थांबवणे

ड] कार्यक्रम संपवा

205] कोणता. खालीलपैकी सीएनसी मशीनचे वैशिष्ट्य नाही?

<u>ब] शीतलकपुरवठा</u>

अ] स्वयंचलित टूल चेंजर

ड] बॉल स्क्रू

क] सर्वोमोटर

206] सीएनसी मशीनबद्दल खालीलपैकी कोणते विधान बरोबर नाही?

अ] सतत ऑपरेशन.

ब] नवीन सॉफ्टवेअर वापरून अपडेट करता येते

क] जटिल आकार मशीन करू शकता

<u>ड] केवळउच्चकुशलकामगारचकामकरूशकतात</u>

207] खालीलपैकी कोणते CNC प्रणालीचे वर्गीकरण दर्शवते?

अ] पॉइंट टू पॉइंट किंवा सतत प्रणाली

ब] वाढीव किंवा निरपेक्ष प्रणाली

सी] ओपन लूप किंवा बंद लूप प्रणाली

ड] हेसर्व

208] क्रियाकलाप लॉगचा उद्देश -------------- शोधण्यासाठी वापरला जातो.

अ] अनुत्पादक वेळ

ब] प्रत्येक कार्यासाठी वेळ घालवणे

क] सर्वात महत्वाचे काम विहित वेळेत झाले की नाही

ड] हेसर्व

209] खालीलपैकी कोणते एक चक्र, काळामध्ये समाविष्ट केले आहे?

अ] प्रक्रियेची वेळ

ब] विलंब वेळ

C] वाहतुकीचीवेळ

ड] हे सर्व

210] कंटूरिंग कंट्रोल्स आहेत ---------------

अ] ओपन लूप सिस्टम

ब] क्लोज-लूपसिस्टम

C] दोन्ही (A] आणि (B]

ड] यापैकी नाही

०२] ग्राइंडिंग मॅचिंग ०६

211] यंत्राचा भाग............ मशीनला कडकपणा निर्माण करण्यासाठी आणि इतर सर्व भागांना आधार देण्यासाठी वापरला जातो.

अ] हेड स्टॉक

ब] शेपटी साठा

क] पाया

ड] कामाचे टेबल

212] -----------मशीन IS चा एक भाग मॅडमला कडकपणा निर्माण करण्यासाठी वापरला जातो आणि इतर सर्व भागांना आधार देतो. . . .

अ] हेड स्टॉक

ब] शेपटी साठा

C] पाया.

डी] कामाचे टेबल

213] अचूक ग्राइंडर कोणते आहेत?

अ] पृष्ठभाग ग्राइंडर

ब] दंडगोलाकार ग्राइंडर

क] टूल आणि कटर ग्राइंडर

ड] हेसर्व

214] अचूक ग्राइंडरचा प्रकार कोणता आहे?

अ] पृष्ठभाग ग्राइंडर

ब] दंडगोलाकार ग्राइंडर

क] टूल आणि कटर ग्राइंडर.

<u>ड] हेसर्व</u>

215] ग्राइंडिंग मशीन कसे निर्दिष्ट केले जातात? हाय

<u>अ] मशीनवरबसवतायेणाऱ्यावर्कपीसच्याआकारानुसार</u>

ब] साधनाची संख्या वापरून

क] सुरक्षा रक्षकांची निश्चिती

ड] यंत्राचे वजन

216] व्हील हेडचे कार्य............ आहे.

अ] हे दळण्याचे चाक वाहून नेते

ब] यात मोटर वाहून जाते

<u>क] हेग्राइंडिंगव्हीलआणिमोटरवाहूननेते</u>

ड] हे स्पिंडल वाहून नेते

(i] पृष्ठभाग ग्राइंडर O4

217] कामाच्या तुकड्यावर सपाट आणि समतल पृष्ठभागाच्या फिनिशिंगच्या उत्पादनासाठी ग्राइंडिंगची पद्धत .... आहे.

अ] बाह्य दंडगोलाकार दळणे

ब] अंतर्गत दंडगोलाकार ग्राइंडिंग

<u>क] पृष्ठभागपीसणे '</u>

ड] युनिव्हर्सल टाईप टूल ग्राइंडिंग

218] रफिंग ऑपरेशन-ऑन सरफेस ग्राइंडरसाठी, कोणते आकाराचे ग्राइंडिंग व्हील योग्य आहे?

A] ग्राइंडिंग व्हीलचा 36 ग्रिट आकार

<u>ब] ग्राइंडिंगव्हीलचा 46 ग्रिटआकार</u>

C] ग्राइंडिंग व्हीलचा 60 ग्रिट आकार

ड] ग्राइंडिंग व्हीलचा 80 ग्रिट आकार

219] ज्यामध्ये ग्राइंडिंग मशीनचा वापर मशिन समतल किंवा सपाट पृष्ठभाग / पायरीयुक्त पृष्ठभागासाठी केला जातो

<u>अ] पृष्ठभाग</u>

ब] टूल आणि कटर

क] केंद्र कमी I

ड] खंडपीठ

220] अनियमित, वक्र, निमुळता, बहिर्वक्र आणि अवतल पृष्ठभाग पीसताना, ग्राइंडर वापरला जातो ~

अ] दंडगोलाकार ग्राइंडर

ब] अंतर्गत ग्राइंडर

क] पृष्ठभाग ग्राइंडर

D] टूलआणिकटरग्राइंडर.

(ii] पृष्ठभाग ग्राइंडरची उपकरणे ठेवणारी उपकरणे A. चुंबकीय चक 06

221] चुंबकीय चक धारण करण्यासाठी वापरला जातो, --------~

अ] कूपर कामाचा तुकडा

ब] स्टीलकामाचातुकडा

क] अॅल्युमिनियम कामाचा तुकडा

ड] पितळी कामाचा तुकडा

222] चुंबकीय चकांवर नॉन-चुंबकीय पदार्थ कसे धरले जातात?

अ] त्यांनायोग्यस्टीलफिक्स्चरनेक्लॅम्पकरून

ब] मशीन वाइस मध्ये clamping करून

क] सी-क्लॅम्प लावून

ड] कॅच प्लेटमध्ये क्लॅम्पिंग करून

223] चुंबकीय मध्ये वापरल्या जाणाऱ्या चुंबकाच्या प्रकारांमध्ये --------‘ समाविष्ट आहे.

अ] इलेक्ट्रा मॅग्नेट

ब] कायम चुंबक

C] ’विद्युतआणिस्थायी‘ दोन्हीचुंबक

ड] कोणतेही चुंबक वापरले जात नाहीत

(iii] दंडगोलाकार ग्राइंडर 04

224] दंडगोलाकार ग्राइंडरमध्ये काम --------- मध्ये केले जाते.

अ] चुंबकीय चक

ब] नियमन करणारे चाक

क] आधार चाक

ड] केंद्रांदरम्यान

225] कामाच्या तुकड्यावर सरळ किंवा निमुळता पृष्ठभाग तयार करण्यासाठी वापरली जाणारी पीसण्याची पद्धत आहे.

अ] अंतर्गत दंडगोलाकार पीसणे

ब] फॉर्म पीसणे

क] बाह्यदंडगोलाकारपीसणे

ड] पृष्ठभाग पीसणे

226] ln ट्रान्सव्हर्स ग्राइंडर ---------

<u>अ] चाकाच्यारुंदीपेक्षाजास्तलांबीचेसिलिंडरतयार करण्यासाठीचाकफीडकरतअसतानाकामाचीप्रतिपूर्तीकेलीजाते.</u>

ब] काम एका स्थिर स्थितीत फिरते कारण चाक फेसच्या रुंदीएवढे किंवा लहान सिलिंडर तयार करते.

C] चाकाच्या चेहऱ्याच्या रुंदीपेक्षा लहान सिलेंडर तयार करण्यासाठी चाक फीड केल्यामुळे कामाची प्रतिपूर्ती होते.

ड] चाकाच्या रुंदीपेक्षा जास्त लांबीचे सिलिंडर तयार करण्यासाठी चाक फीड करत असताना काम एका निश्चित स्थितीत फिरते.

227] स्प्लिंट शाफ्ट पीसण्यासाठी कोणती प्रक्रिया वापरली जाते? .

अ] बाह्य दंडगोलाकार दळणे

ब] अंतर्गत दंडगोलाकार ग्राइंडिंग.

क] पृष्ठभाग पीसणे.

<u>D] फॉर्मपीसणे</u>

228] आधीच कंटाळलेल्या कामाचा तुकडा ठेवण्यासाठी, वर्क होल्डिंग उपकरण वापरले जाते ---

अ] व्ही ब्लॉक

ब] टेलस्टॉक

<u>क] मांद्रेल</u>

ड] वाइस

229] छोट्या कामासाठी, वर्क होल्डिंग डिव्हाइसेस ----------- आहे

अ] दोन जबड्याचे चक आणि तीन जबड्याचे चक.

ब] चार लॉ चक आणि न्यूमॅटिक चक

क] चुंबकीय चक.

<u>ड] हेसर्व</u>

230] अंतर्गत ग्राइंडरचे उपयोग काय आहेत? .

अ] सरळ कामाचे तुकडे तयार करणे

ब] कामाच्या तुकड्यांवर छिद्र पाडणे

क] टॅपर्ड कामाचे तुकडे तयार करणे

<u>ड] वरीलसर्व.</u>

231] अंतर्गत ग्राइंडर कोणता प्रकार आहे?

अ] चकिंग ग्राइंडर

ब] प्लॅनेटरी ग्राइंडर

क] मध्यभागी कमी ग्राइंडर

ड] वरीलसर्व

232] ------ ग्राइंडरचा वापर फक्त कामाच्या तुकड्यांसाठी केला जातो जो चकमध्ये ठेवता येतो.

अ] चकणे

ब] ग्रह

क] केंद्र कमी

D] खंडपीठ

233] --------- ग्राइंडर IS अशा कामांसाठी वापरला जातो ज्यांना चकमध्ये

धरता येत नाही आणि फिरवता येत नाही.

अ] चकणे.

ब] ग्रह

क] केंद्र कमी

ड] खंडपीठ

234] अंतर्गत दंडगोलाकार छिद्रे आणि टेपर्स तयार करण्यासाठी पीसण्याची पद्धत आहे-

अ] अंतर्गतदंडगोलाकारपीसणे

ब] फॉर्म पीसणे

क] बाह्य दंडगोलाकार पीसणे

ड] पृष्ठभाग पीसणे

(v] टूल आणि कटर ग्राइंडर

235] मिलिंग कटर/ड्रिल्स/हॉब्स/ब्रोचेस हे कोणत्या प्रकारचे ग्राइंडिंग मशिन उपकरणाला तीक्ष्ण करण्यासाठी वापरले जाते?

अ] चकणे.

ब] साधनआणिकटर

क] केंद्र कमी

ड] खंडपीठ

236] मिलिंग टूल्स धारदार करण्यासाठी कोणत्या प्रकारचे ग्राइंडिंग मशीन वापरले जाते?

अ] चकणे.

ब] साधनआणिकटर

क] केंद्र कमी

ड] खंडपीठ

237] थ्रेड ग्राइंडिंगसाठी कामाचा वेग आवश्यक असतो ------------.

अ] जलद

ब] मध्यम

क] खूप कमी

<u>ड] कमी</u>

238] थ्रेड ग्राइंडर ---------- आहे

अ] बेंच ग्राइंडिंग मशीन

ब] पेडेस्टल ग्राइंडर मशीन

क] अचूक ग्राइंडर मशीन

<u>ड] विशेषग्राइंडिंगमशीन</u>

239] थ्रेड ग्राइंडिंगसाठी ------ पासून कामाचा वेग आवश्यक आहे.

<u>अ] 1 ते 3 मी/मिनिट</u>

ब] 5 ते 10 मी/मिनिट

C] 10 ते 14 मी/मिनिट

ड] 14 ते 20 WW"

(vii] रोल ग्राइंडर -'02

240] रोल ग्राइंडर --------- आहेत.

अ] मोठा.

<u>ब] खूपमोठा</u>

क] लहान

ड] मध्यम आकार

(viii] मध्यभागी कमी ग्राइंडर

241] --------- ग्राइंडरचा वापर बाहेरील दंडगोलाकार/टॅपर्ड/बनलेल्या पृष्ठभागांना बारीक करण्यासाठी केला जातो.

अ] चकणे

ब] ग्रह

<u>क] केंद्रकमी</u>

D] खंडपीठ

242] सेंटर लेस ग्राइंडरचे मुख्य घटक कोणते आहेत?

अ] दळण्याचे चाक

ब] नियमन-चाक

क] काम विश्रांती

<u>ड] हेसर्व</u>

243] मध्यभागी पीसताना वापरलेल्या घटकांचा समावेश होतो.

अ] नियमन करणारे चाक

ब] दळण्याचे चाक

क] काम विश्रांती

<u>ड] हेसर्व</u>

244] मध्यभागी कमी पीसल्याने रेग्युलेटिंग व्हीलचा वेग ------------ असतो.

अ] ग्राइंडिंग व्हीलच्या वेगाच्या समान

ब] ग्राइंडिंग व्हीलच्या वेगापेक्षा जास्त

<u>क] ग्राइंडिंगव्हीलच्यावेगापेक्षाकमी</u>

ड] हे सर्व

245] अंतर्गत केंद्र कमी ग्राइंडिंग प्रक्रिया आहे -----------

अ] पूर्णपणे हाताने काम

ब] अंशतः स्वयंचलित

<u>क] पूर्णपणेस्वयंचलित</u>

D] घटकाच्या आकारानुसार बदलेल

246] केंद्र कमी ग्राइंडिंगचा फायदा समावेश-उम---

अ] कमी लोडिंग वेळ

B] कमी ऑपरेशन वेळ

<u>ड] हेसर्व</u>

247] केंद्रांदरम्यान कोणत्या परिस्थितीत काम केले जाते ते समाविष्ट आहे.

अ] जेव्हा केंद्राला आधीच एक टोक असते

ब] जेव्हा केंद्र.

क] जेव्हा काम आधीच कंटाळले आहे आणि नाही

<u>ड] हेसर्व</u>

248] टेपर तयार करण्यासाठी केंद्र कमी पीसण्याची पद्धत --------- आहे.

अ] In-फीड ग्राइंडिंग.

ब] फीड ग्राइंडिंगद्वारे

<u>क] समाप्तफीडपीसणे</u>

ड] हे सर्व

249] बॉल बेअरिंग बाह्य रेस पीसण्यासाठी कोणते मशीन वापरले जाऊ शकते?

अ] दंडगोलाकार ग्राइंडिंग मशीन'

<u>ब] केंद्रकमीग्राइंडिंगमशीन</u>

क] पृष्ठभाग पीसण्याचे यंत्र

ड] युनिव्हर्सल ग्राइंडिंग मशीन

250] ------------- वापरकर्ता आहे! ऑटोमोबाईल इंजिन I एअर क्राफ्ट इंजिन I कंप्रेसर इ. क्रँकशाफ्ट पीसण्यासाठी.

<u>अ] क्रँकशाफ्टग्राइंडर</u>

ब] टूल पोस्ट ग्राइंडर

क] धागा ग्राइंडर

ड] पृष्ठभाग ग्राइंडर

251] ------------- ऑटोमोबाईल इंजिन / एअरक्राफ्टच्या क्रँकशाफ्ट ग्राइंडिंगसाठी वापरला जातो.

<u>अ] क्रँकशाफ्टग्राइंडर</u>

ब] टूल पोस्ट ग्राइंडर

क] धागा ग्राइंडर

ड] पृष्ठभाग ग्राइंडर

(x] पिस्टन ग्राइंडर

252] --------- उच्च गती अंतर्गत ज्वलन इंजिनच्या पिस्टन पीसण्यासाठी वापरला जातो.

अ] क्रँक शाफ्ट ग्राइंडर

ब] टूल पोस्ट ग्राइंडर

क] धागा ग्राइंडर

<u>ड] पिस्टनग्राइंडर</u>

253] पिस्टन ग्राइंडरचा वापर --------साठी केला जातो

अ] ऑटोमोबाईल इंजिन.

ब] दंडगोलाकार ग्राइंडिंगसाठी धागे तयार करा

<u>C] उच्चगतीअंतर्गतज्वलनइंजिन</u>

ड] लेथ केंद्रे

254] Bevel Protractor चे कार्य आहे

अ] कोन मोजा

ब] मशीन टूल किंवा वर्क टेबलवर वर्क होल्डिंग डिव्हाइसेस सेट करा

<u>क] दोन्ही (अ] आणि (ब]</u>

ड] यापैकी नाही

(ii] डायल टेस्ट इंडिकेटर (DTl]

255] डायल टेस्ट इंडिकेटरबद्दल खालीलपैकी कोणते बरोबर नाही?

अ] त्याच्या डायलवर 100 विभाग आहेत

ब] स्टेमची हालचाल गियर ट्रेनद्वारे डायलमध्ये हस्तांतरित केली जाते

<u>क] त्याचीअचूकता 0.1 मिमीआहे</u>

डी] डेप्थ गेजच्या संयोगाने वापरला जातो

(Ii i]स्लिप गेज20

२५६] स्लिप गेज म्हणजे -----------

<u>अ] आयताकृतीब्लॉक</u>

ब] चौरस ब्लॉक

क] घन ब्लॉक

ड] दंडगोलाकार ब्लॉक

257] स्लिप गेजच्या चौथ्या मालिकेत, 46 तुकड्यांमध्ये खालीलपैकी कोणती श्रेणी बरोबर आहे

<u>अ] 1.0 ते 9.0 मि.मी.</u>

ब] 1.001 101.009 मिमी

क] 1.01 ते 1.09 मि.मी

D]'1.1'ते_-1.9मिमी

258] स्लिप गेजच्या 5व्या मालिकेत, 46 तुकड्यांमध्ये खालीलपैकी कोणती श्रेणी बरोबर आहे –

<u>अ] 100 ते 100 मि.मी.'</u>

ब] 1.001 ते 1.009 मिमी

C] 1.01 ते 0.09mrn

ड] 11 ते 9 मि.मी

259] स्लिप गेजच्या 2NDS मालिकेत, 45 तुकड्यांच्या सेटमध्ये खालीलपैकी कोणती श्रेणी योग्य आहे-

अ] 1.0 ते 9.0 मि.मी

ब] 1.001 ते 1. 009 मिमी

<u>क] 1.01 ते 1.09 मि.मी</u>

ड] 1.1 ते 1.9 मि.मी

260] स्लिप गेजच्या 3RD मालिकेत, 46 तुकड्यांमध्ये खालीलपैकी कोणती श्रेणी बरोबर आहे –

अ] 10.0 ते 100 मि.मी

ब] 1.001 ते 1.009 मिमी

क] 1.01 ते 1.09 मि.मी

<u>ड] 1.1 ते 1.9 मिमी</u>

261] स्लिप गेजच्या 1ल्या मालिकेत, 46 तुकड्यांमध्ये खालीलपैकी कोणती श्रेणी बरोबर आहे –

<u>अ] ०.००१मिमी</u>

ब] 001 मिमी

क] 0.1 मि.मी

ड] 1.0 मि.मी

262] स्लिप गेजच्या 2nd SERIES मध्ये, 46 तुकड्यांच्या सेटमध्ये खालीलपैकी कोणते STEP बरोबर आहे –

अ] ०.००१ मिमी

<u>ब] 0.01 मिमी</u>

क] 0.1 मिमी

ड] 1-0 मि.मी

263] स्लिप गेजच्या तिसर्‍या मालिकेत, 46 तुकड्यांमध्ये खालीलपैकी कोणते STEP बरोबर आहे

अ] ०.००१ मिमी

ब] ०.०१ मिमी

<u>क] 0.1 मिमी</u>

ड] 1.0 मि.मी

264] गेज ब्लॉकचा आकार एम 112 प्रकारातील चौथ्या मालिकेत -------- च्या श्रेणीत आहे.

<u>अ] 25 मिमीते 100 मिमी</u>

ब] 10 मिमी ते 25 मिमी

क] 0.5 मिमी ते 24.5 मिमी

ड] 0.5 मिमी ते 100 मिमी

265] स्लिप गेजचा खालीलपैकी कोणता ग्रेड फक्त कॅलिब्रेशनसाठी वापरला जातो?

अ] ग्रेड ०१

<u>ब] ग्रेड 00</u>

क] ग्रेड 0.

D] ग्रेड 02

266] गेज ब्लॉक्स साफ करण्यासाठी खालीलपैकी कोणते रसायन वापरले जाते?

अ] सोडियम क्लोराईड.

<u>ब] कार्बनटेट्राक्लोराईड</u>

क] पोटॅशियम डायक्रोमेट

ड] पोटॅशियम क्लोराईड

(iv] साइन बार

267] साइन बारबद्दल खालीलपैकी कोणते विधान बरोबर नाही?

अ] दोन्ही बाजूला ठेवलेले टो प्रिसिजन रोलर्स वापरतात

ब] क्रोमियम स्टीलचे बनलेले

क] पृष्ठभाग लॅप केलेला आहे

D] छिद्रांचीमध्यरेषावरच्यापृष्ठभागाकडेझुकलेलीअसेल

268] टेपरचा कोन निर्धारित करा, जेव्हा 200 मिमी लांबीचा साइन बार 100 मिमी उंचीच्या स्लिप ब्लॉकला मोजण्यासाठी वापरला जातो.

अ] ४५°

ब] ६०°

C] 30°

269] एक सिन बार मानक आकारात उपलब्ध आहे. खालीलपैकी कोणता सिन बारचा मानक आकार नाही?

अ] 100 मि.मी

ब] 200 मि.मी

क] 250 मि.मी

D] 3oomm

270] उत्पादकता यावर अवलंबून असते---------------

अ]उत्पादनाची रचना आणि प्रक्रिया

ब] प्रक्रियेचे संचालन

C] उपकरणाची गुणवत्ता

ड] हेसर्व

271] खालीलपैकी कोणता जॉब कार्डचा भाग नाही?

अ] घटककिंवाउत्पादन

ब] उत्पादन करावयाचे प्रमाण

C] कूलंटचा तपशील

ड] उत्पादन वेळापत्रक

०५] जिग्स ८. फिक्स्चर

272] बॉक्स जिगचा उद्देश आहे

अ] नोकरी धरा आणि अंतर्गत धागे तयार करण्यासाठी साधनाचे मार्गदर्शन करा

ब] अनेककलतेछिद्रेनिर्माणकरणे

क] अनेक सरळ छिद्रे निर्माण करणे

ड] यापैकी नाही

273] जिग आणि फिक्स्चर -------- आहेत.

अ] मशीनिंग टूल्स

ब] अचूकसाधने

क] दोन्ही (अ] आणि (ब]

ड] यापैकी नाही

274] 'फिक्चर्सच्या तुलनेत जिग वजनाच्या बाबतीत किती आहेत?

अ] जिग्सफिक्स्चरपेक्षाहलकेअसतात

ब] जिग्स फिक्स्चरपेक्षा जड असतात

C] जिग्स समान ऑपरेशनसाठी फिक्स्चरच्या वजनात समान असतात

ड] यापैकी नाही

275] मशिनिंग पाट्र्ससाठी कोणते फिक्स्चर वापरले जातात जे मशिन केलेले तपशील अगदी अंतरावर असतात?

अ] प्रोफाइल फिक्स्चर

ब] डुप्लेक्स फिक्स्चर

क] अनुक्रमणिकाफिक्स्चर

ड] यापैकी नाही

276] या प्रक्रियेत दगड स्वच्छ आणि धारदार ठेवण्यासाठी कूलंट वापरणे आवश्यक आहे ----’

अ] लॅपिंग

ब] होनिंग

क] जळणे

ड] सुपरफिनिशिंग

277] -------- प्रिसिजन ग्राइंडर वापरताना जवळचा सहिष्णुता राखण्यासाठी वापरला जातो.

अ] 0.001 मिमी

ब] 0.010 मिमी

क] 0. 002 मिमी

ड] 0 020 मिमी

278] रात्री 0.75 ते 1.25 कलशाच्या श्रेणीत पृष्ठभाग पूर्ण करण्यासाठी, वापरलेल्या ऑपरेशनला --- म्हणतात.

अ] दळणे.

ब] लोळणे

क] होनिंग

ड] बफिंग

लॅपिंग

279] ही प्रक्रिया बारीक अपघर्षक सामग्री वापरून केली जाते ------------------

अ] सुपर फिनिशिंग

ब] होनिंग.

क] जळणे

ड] लॅपिंग

280] या प्रक्रियेत वापरलेल्या कंपाऊंडमध्ये सिलिकॉन कार्बाइड, ॲल्युमिनियम ऑक्साईड, बोरॉन, कार्बाइड आणि डायमंड यांचा समावेश होतो.

अ] होनिंग

ब] सुपर फिनिशिंग

<u>क] लॅपिंग</u>

ड] जळणे

281] कठिण पदार्थांसाठी लॅपिंग प्रेशर अंदाजे -------- इतके असते.

अ] 1 WWW

B] 0.5 N/mm

C] 0.2 N/mm

<u>D] ०.७ N/mm</u>

(ii] सन्मान करणे

282] ही प्रक्रिया कठोर आणि कठोर दोन्ही अवस्थेत केली जाते ------

अ] जळणे

ब] सुपर फिनिशिंग

क] लॅपिंग

<u>ड] होनिंग</u>

283] ------------- साठी होनिंग प्रक्रियेला प्राधान्य दिले जाते.

<u>अ] अंतर्गतछिद्रपूर्णकरणे</u>

ब] कार्बाइड्सचे कंटाळवाणे

क] अंतर्गत धागे कापणे '

ड] बाह्य दळणे

284] होनिंगमधील पृष्ठभागाच्या खडबडीची श्रेणी -------- च्या श्रेणीत आहे.

अ] ०.९ ते ५ मायक्रॉन

ब] 0.1 ते 5 मायक्रॉन

<u>क] 0.13 ते 1.25 मायक्रॉन</u>

ड] 0 ते 100 मायक्रॉन

285] खालीलपैकी कोणती उदाहरणे honing ऑपरेशन' आहेत?

अ] रोलर बेअरिंग रेस

ब] डिझेल इंजिन सिलेंडर बोअर

C] गीअर्स बॉक्समध्ये हब होल.

<u>ड] हेसर्व.</u>

286] honing ऑपरेशनची उत्पादकता आहे

अ] लॅपिंग ऑपरेशनच्या उत्पादकतेपेक्षा कमी

ब] लॅपिंगऑपरेशनच्याउत्पादकतेपेक्षाजास्त

C] समान वर्क पीससाठी लॅपिंग ऑपरेशनच्या उत्पादकतेच्या बरोबरीचे

ड] यापैकी नाही

(iii] जळणे

287] या प्रक्रियेमध्ये अनियमितता दूर करण्यासाठी कामाच्या तुकड्यावर अतिशय कठीण पृष्ठभाग हलवण्याचा समावेश आहे -------

अ] लॅपिंग

ब] होनिंग

क] जळणे

ड] सुपर फिनिशिंग

O7] मशिनिस्ट 08

288] कटरचा जास्तीत जास्त आकार (व्यास) जो फेस मिलिंग अटॅचमेंट वापरून ग्राउंड केला जाऊ शकतो?

अ] 200 मिमी व्यास

ब] 300 मिमी व्यास

क] ४००मिमीव्यास '

ड] 500 मिमी व्यास

289] दत्तक घेणाऱ्याचा आकार काय आहे. एंड मिल्स होल्डिंगसाठी त्रिज्या ग्राइंडिंग अटॅचमेंटच्या टिल्टिंग हेडसह पुरवले जाते?

अ] क्रमांक 5 तपकिरी आणि तीक्ष्ण टेपर अवलंबकर्ता

B] No.6 तपकिरी आणि तीक्ष्ण बारीक बारीक गोलाकार

क]. क्रमांक 7 तपकिरी आणि तीक्ष्ण बारीक बारीक बारीक बारीक बारीक बारीक बारीक तुकडे करणारा

D] No.8 तपकिरीआणितीक्ष्णबारीकबारीकगोलाकार

290] क्रिया 0f ग्राइंडिंग व्हील मिलिंग कटर सारखीच असते ---------

अ] ग्राइंडिंग व्हीलची अपघर्षक चाकाशी तुलना करा

ब] ग्राइंडिंगव्हीलचीमिलिंगकटरशीतुलनाकरा

क] ग्राइंडिंग व्हीलची रीमरशी तुलना करा

ड] ग्राइंडिंग व्हीलची लेथ कटिंग टूलसह तुलना करा

291] टूल आणि कटर ग्राइंडरमध्ये मिलिंग कटर पुन्हा तीक्ष्ण करण्यासाठी, कोणते आकाराचे ग्राइंडिंग व्हील योग्य आहे?

A] ग्राइंडिंग व्हीलचा .35 ग्रिट आकार

ब] ग्राइंडिंग व्हीलचा 46 ग्रिट आकार

C] ग्राइंडिंगव्हीलचा 60 ग्रिटआकार

ड] ग्राइंडिंग व्हीलचा 80 ग्रिट आकार

292] स्लिटिंग सॉला ------- सह तीक्ष्ण करता येते

अ] युनिव्हर्सलटूलआणिकटरग्राइंडर

ब] डायमंड टूल

क] पृष्ठभाग ग्राइंडर

ड] अपघर्षक काठी

293] मिलिंग कटरमध्ये दुय्यम क्लिअरन्स अँगलचा उद्देश -------------- आहे.

अ] प्राथमिक मंजुरी वाढवण्यासाठी.

B] जमिनीचीरुंदीनाममात्ररुंदीपर्यंतकमीकरणे

क] जमिनीची रुंदी वाढवणे

ड] प्राथमिक मंजुरी कमी करण्यासाठी

294] सरळ जमीन कापण्यासाठी ----------

अ] कपप्रकारचेग्राइंडिंगव्हीलवापरलेजाते.

ब] टॅपर्ड प्रकारचे ग्राइंडिंग व्हील वापरले जाते

क] पृष्ठभाग ग्राइंडिंग व्हील वापरले जाते

ड] बाहय दळणे.

295] सिमेंट कार्बाइड सारख्या मटेरियलवर काम बंद करण्यासाठी हाय स्पीड पार्टिंग इज'

अ] सर्व मशीन करा

ब] कापण्याचे यंत्र

क] हेवीड्युटीपॉवरपाहिले

ड] खाण यंत्र बसलेले पाहिले

296] टूल लाइफच्या संदर्भात खालीलपैकी कोणते विधान खरे आहे?

अ] काम सुरू करणे आणि पूर्ण करणे यामधील वेळ

ब] रीग्राइंडिंगसहकामवळवण्यासाठीएकूणवेळ

C] लागोपाठच्या दोन रीग्रिंडमधील वेळ

D] मेटल कटिंग सुरू करणे आणि खूप\ झीज होणे दरम्यानचा वेळ

297] वर्क पीससह टूलच्या शरीरावर घासणे टाळण्यासाठी खालीलपैकी कोणते साधन कोन दिले जाते?

अ] रेक कोन

ब] हेलिक्स कोन

क] क्लिअरन्सकोन

ड] यापैकी नाही

09] पीसणे दोष आणि कारणे 06

298] ग्राइंडिंग व्हीपीमध्ये कोणते दोष आढळतात. _

अ] चकाकी

ब] लोडिंग

क] गमिंग

<u>ड] हेसर्व</u>

299] ग्राइंडिंग व्हील लवकर झिजण्याचे कारण म्हणजे -------

अ] मऊ चाक

ब] अयोग्य आडवा कामाचा वेग

C] शिफारशीपेक्षा ग्राइंडिंग व्हीलचा वेग खूपच कमी आहे

<u>ड] हेसर्व</u>

300] ग्राइंडिंग ऑपरेशननंतर वर्क पीसच्या पृष्ठभागावर ओरखडे येण्याचे कारण म्हणजे -------‘

अ] धान्य खूप खडबडीत असतात I

ब] गलिच्छ शीतलक

<u>क] गलिच्छशीतलकआणिभरडधान्यआकारदोन्ही</u>

ड] अगदी बारीक धान्याचा आकार

301] चाकाचा वेग जास्त असलेल्या अतिशय कठीण चाकामुळे खालीलपैकी कोणता दोष निर्माण होतो?

अ] ओरखडा

ब] खराब समाप्त

<u>क] वर्कपीसच्यापृष्ठभागालाभेगापडतात</u>

ड] दळणाच्या चाकाला तडा जातो

302] गोलाकारपणाचे कार्य --------- मुळे होते.

अ] शिल्लक बाहेर काम.

ब] घातलेले बेअरिंग

C] जास्त दाबामुळे काम स्प्रिंगिंग

<u>ड] हेसर्व</u>

303] टॅपर्ड बोअरचे कारण ---------

अ] घंटा तोंड देणे

ब] चाकाला स्पार्किंग करण्याची परवानगी नाही

क] कामाचे डोके चुकीचे संरेखन

<u>ड] हेसर्व ’</u>

10] व्हील लॉडिंग आणि ग्लेझलएनजी

304] ग्लेझिंग म्हणजे -----------------

A] चाकानेतिचीतीक्ष्णतागमावलीआहे$ आणिएकपॉलिशपृष्ठभागआहे

ब] चाकाची प्रक्रिया पीसताना विकसित झालेल्या केंद्रापसारकांच्या बरोबरीची आहे.

C] चाकाची छिद्रे चिप्सने चिकटलेली असतात

ड] हे ऑपरेशन वारंवार केल्यास व्हीलचे आयुष्य कमी होते

305] ग्राइंडिंग व्हील ग्लेझिंगचे कारण ____________ आहे

अ] चाकाचावेगखूपवेगवानआहे.

ब] चाकाचा वेग खूपच कमी आहे

क] धान्याचा आकार खडबडीत असतो.

ड] धान्याचा आकार मध्यम असतो

306] ग्राइंडिंग व्हील ग्लेझिंगचे कारण --------- आहे.

अ] चाकाचा वेग खूपच मध्यम आहे

ब] चाकाचा वेग कमी असतो

क] धान्याचा आकार खडबडीत I आहे

ड] धान्याचाआकारखूपबारीकआहे

307] ग्राइंडिंग चाकांमधील ग्लेझिंग ------ कमी करता येते

अ] कठीण चाक वापरणे किंवा चाकाचा वेग वाढवणे

ब] मऊचाकवापरणेकिंवाचाकाचावेगकमीकरणे

क] कठीण चाक वापरणे किंवा चाकाचा वेग कमी करणे

D] मऊ चाक वापरणे किंवा चाकाचा वेग वाढवणे

308] खालीलपैकी एका कारणाने वापरल्यानंतर ग्राइंडिंग व्हीलचा चेहरा चमकदार आणि गुळगुळीत किंवा चकचकीत होतो असे सामान्यतः दिसून येते.

अ] चाकाचादर्जाखूपकठीणआहे.

ब] चाकाचा अपघर्षक हेतूसाठी योग्य नाही

क] धान्य आकार खूप खडबडीत आहे

ड] चाकाची रचना खूप उघडी आहे

11] Wheel Dressing 81 Truing

309] सत्य आहे ------------------

अ] चाकाने तिची तीक्ष्णता गमावली आहे आणि त्याचा पृष्ठभाग पॉलिश झाला आहे

ब] हे ऑपरेशन वारंवार केले तर चाकाचे आयुष्य कमी होते

क] ग्राइंडिंग दरम्यान विकसित केंद्रापसारक शक्ती समान करण्याची प्रक्रिया

ड] वरीलसर्व

310] --------- हे दह्याला पुन्हा तीक्ष्ण करण्याचे ऑपरेशन आहे.

अ] सत्य

ब] कपडेघालणे

क] संरेखित करणे

ड] ब्रेझिंग

311] चाकातील कुंद अपघर्षक कण काढून टाकणे याला -------- म्हणतात.

अ] सत्य

<u>ब] कपडेघालणे</u>

क] लोडिंग

ड] ग्लेझिंग

312] ड्रेसिंग --------- आहे

अ] चाकाने तिची तीक्ष्णता गमावली आहे आणि त्याची पृष्ठभाग पॉलिश केली आहे

ब] ग्राइंडिंग दरम्यान विकसित केंद्रापसारक शक्ती समान करण्याची प्रक्रिया

C] चाकाने तिची तीक्ष्णता गमावली आहे आणि त्याचा पृष्ठभाग पॉलिश झाला आहे

<u>ड] हेऑपरेशनवारंवारकेलेतरचाकाचेआयुष्यकमीहोते</u>

313] अपघर्षक काड्या ड्रेसिंगसाठी वापरल्या जातात ------------

अ] अतिशय पातळ चाके

ब] कटर ग्राइंडरसाठी

<u>क] दोन्ही (अआणिब]</u>

ड] यापैकी नाही

12] व्हील बॅलेन्सिंग 01

314] ग्राइंडिंग चाकांची शिल्लक तपासली पाहिजे -------------.

अ] केवळ उत्पादनाच्या वेळी

ब] ग्राइंडिंग ऑपरेशन सुरू करण्यापूर्वी

क] ग्राइंडिंग ऑपरेशनच्या शेवटी.

<u>ड] अधूनमधून</u>

13] ग्राइंडिंग व्हील निवड 10

315] लाईट आणि जुन्या मशीनसाठी ------------

अ] उच्च फिनिश आवश्यक आहे

ब] मऊ ग्रेड आणि भरड धान्य चाक

क] हार्ड ग्रेड आणि दाट रचना चाक

<u>ड] कठीणसाहित्यदळणे</u>

316] सूक्ष्म धान्य आणि दाट रचना (चाक ------------

<u>अ] उच्चफिनिशआवश्यकआहे</u>

ब] मऊ ग्रेड आणि भरड धान्य चाक

क] हार्ड ग्रेड आणि दाट रचना चाक

ड] कठीण साहित्य दळणे

317] भरड धान्य / मऊ चाक ------- साठी वापरले जाते
अ] संपर्काचे छोटे क्षेत्र
ब] कामाचा वेग कमी
<u>क] संपर्काचेमोठेक्षेत्र</u>
ड] कामाचा वेग जास्त
318] बारीक धान्य] ------- साठी कठीण चाक वापरले जाते.
<u>अ] संपर्काचेछोटेक्षेत्र</u>
ब] कामाचा वेग कमी
क] संपर्काचे मोठे क्षेत्र
ड] कामाचा वेग जास्त
319] ग्राइंडिंग व्हील निवडण्यासाठी कोणते स्थिर घटक आहेत?
अ] ग्राउंड असणे आवश्यक आहे
ब] ग्राइंडिंग मशीनचा प्रकार
क] काढायचा साठा
<u>ड] हेसर्व</u>
320] संपर्क क्षेत्र अधिक निवडक आहे ----------
अ] उच्च फिनिश आवश्यक आहे
<u>ब] मऊग्रेडआणिभरडधान्यचाक</u>
क] हार्ड ग्रेड आणि दाट रचना चाक
ड] कठीण साहित्य दळणे
321] मऊ चाक -------------
अ] उच्च फिनिश आवश्यक आहे
ब] मऊ ग्रेड आणि भरड धान्य चाक
क] हार्ड ग्रेड आणि दाट रचना चाक
<u>ड] कठीणसाहित्यदळणे</u>
322] कामाचे उच्च स्थान, ग्राइंडिंग ऑपरेशन सुरू करताना «m
<u>अ] पहिलीठिणगीउचलणे</u>
ब] दुसरी ठिणगी उचलणे
क] ठिणगी नाही उचलणे
ड] तिसरी ठिणगी उचलणे
323] कठिण ग्राइंडिंग व्हील .... साठी वापरले जाते.
अ] संपर्काचे छोटे क्षेत्र
ब] कामाचा वेग कमी
क] संपर्काचे मोठे क्षेत्र

ड] कामाचावेगजास्त.

324] मऊ ग्राइंडिंग चाके ------ साठी वापरली जातात

अ] संपर्काचे छोटे क्षेत्र.

ब] कामाचावेगकमी

क] संपर्काचे मोठे क्षेत्र

ड] कामाचा वेग जास्त

325] ग्रीन ग्रिट सिलिकॉन कार्बाइड --------- या अक्षरांनी दर्शविले जाते.

अ] अ

ब] ग

क] बी

ड] जी

326] कृत्रिम अपघर्षक .... आहे.

अ] एमरी

ब] ॲल्युमिनियमऑक्साईड

क] हिरा

D] 0M3

327] ज्यामध्ये कार्बाइड टूल्स पीसण्यासाठी ग्राइंडिंग व्हील वापरतात ---------

अ] ॲल्युमिनियम ऑक्साईड

ब] सिलिकॉन कार्बाइड

क] हिरा.

ड] हिरवेसिलिकॉनकार्बाइड

328] हिरा ------------- साठी वापरला जातो.

अ] कठीण पृष्ठभागावर मशीनिंग करणे.

ब] अचूक दळणे

क] अचूक चाकांसाठी ड्रेसर

ड] हेसर्व

329] उच्च तन्य शक्तीची सामग्री पीसण्यासाठी शिफारस केलेले अपघर्षक ------ आहे.

अ] सिलिकॉन कार्बाइड

ब] ॲल्युमिनियमऑक्साईड

क] वाळूचा दगड

ड] हिरा

330] ॲल्युमिनियम ऑक्साईड ॲब्रेसिव्हचा वापर प्रामुख्याने पीसण्यासाठी केला जातो -----------

अ] हाय स्पीड स्टील

ब] कार्बन स्टील.

क] लोह.

<u>ड] हेसर्व</u>

331] वेगवान कापण्यासाठी, कटिंग ऑफ मशीनवर चाक वापरले जाते ------

अ] धातूचे बंधन चाक

<u>ब] BResinoid बाँडचाक</u>

C] रबर बॉण्ड चाक.

ड] शेलॅक बाँड चाक

३३२] ----------------पीसण्याचे चाके तयार करण्यासाठी अपघर्षक कणांना आवश्यक आकारात एकत्र ठेवण्यासाठी वापरले जाते.

<u>अ] बंध</u>

ब] रचना

क] धान्य

ड] अपघर्षक

333] ते एकत्र ठेवण्यासाठी अपघर्षक धान्यांमध्ये मिसळलेला पदार्थ आहे

अ] बंध

<u>ब] शीतलक</u>

क] स्नेहन

ड] वंगण

334] ज्या बाँडमध्ये उच्च फिनिश आवश्यक असलेले कॅम्स आणि रोल पीसण्यासाठी वापरले जाते ----

<u>अ] रेझिनोइडबाँड</u>

ब] विट्रिफाइड बॉण्ड

क] शेलॅक बाँड

ड] रबर बंध

335] ------------- स्टॉक काढण्याच्या उच्च दरासाठी बाँड योग्य आहे.

<u>अ] विट्रिफाइडबाँडचाके</u>

ब] रेझिनोइड बाँड चाके

क] शेलॅक बाँड चाके.

ड] रबर बाँड चाके

336] बेंच ग्राइंडर फिनिशिंग ऑपरेशनवर ब्लंट सिंगल पॉइंट टूल पुन्हा तीक्ष्ण करण्यासाठी ग्राइंडिंग व्हीलचा कोणता आकार योग्य आहे?

अ] ३६

ब] ४६

क] 60
ड] 80
337] बारीक दाणेदार ग्राइंडिंग व्हील ------------- दळण्यासाठी वापरले जाते.
अ] कठीण आणि ठिसूळ साहित्य
ब] मऊआणिलवचिकसाहित्य
क] कठीण आणि लवचिक साहित्य
ड] मऊ आणि ठिसूळ साहित्य
338] अपघर्षक धान्यांच्या कृतीमुळे सामग्री कोणत्या प्रक्रियेत काढून टाकली जाते?
अ] इलेक्ट्रो-केमिकल ग्राइंडिंग (ECG]
ब] अल्ट्रासोनिकमशीनिंग lUSM]
C] लेझर बीम मशीनिंग (LBM]
डी] इलेक्ट्रिकल डिस्चार्ज मशीनिंग lEDM]
339] भारतीय मानकांनुसार धान्याचा आकार '280' गटात येतो --
अ] खडबडीत
ब] मध्यम
क] ठीकआहे.
ड] खूप छान
340] ग्राइंडिंग चाकांची प्रतवारी कशी केली जाते? . .
अ] मऊ ('ए' ते 'एच')
ब] मध्यम ('l' ते 'P']
क] कठीण ('ओ.' ते 'झेड']
ड] हेसर्व
341] ग्राइंडिंग व्हीलची कडकपणा ------------- यांनी निर्दिष्ट केली आहे.
A] Brielle कडकपणा क्रमांक
ब] खडक विहीर कडकपणा क्रमांक
C] विकर्स पिरॅमिड क्रमांक
ड] वर्णमालाअक्षर
342] ग्राइंडिंग व्हीलची रचना यावर अवलंबून असते ------- -----
अ] ग्राउंड असल्याने सामग्रीची कडकपणा
ब] ग्राइंडिंग ऑपरेशनचे स्वरूप
क] समाप्त करणे आवश्यक आहे
ड] हेसर्व
343] ग्राइंडिंग व्हीलची दाट रचना -------- साठी वापरली जाते.
अ] कठीण साहित्य

ब] ठिसूळ साहित्य

क] फिनिशिंग कट

<u>ड] हेसर्व</u>

344] खालीलपैकी कोणती प्रक्रिया वर्क पीसमधून जास्तीत जास्त सामग्री काढून टाकते?

अ] होनिंग

ब] लॅपिंग

<u>क] दळणे</u>

ड] सुपर फिनिशिंग

345] ट्रॅव्हर्स ग्राइंडिंगचा उपयोग काय?

<u>अ] चाकाच्याचेहऱ्याच्यारुंदीपेक्षालांबकामाचेतुकडेदळण्यासाठीयाचावापरकेलाजातो.</u>

ब] चाकाच्या चेहऱ्याच्या रुंदीपेक्षा लहान कामाचे तुकडे बारीक करण्यासाठी याचा वापर केला जातो

क] चाकाच्या चेहऱ्याच्या रुंदीइतके कामाचे तुकडे दळण्यासाठी याचा वापर केला जातो

ड] चाकाच्या लेसच्या रुंदीपेक्षा लहान कामाचे तुकडे दळण्यासाठी याचा वापर केला जातो

346] ट्रॅव्हर्स ग्राइंडिंगचा उपयोग काय?

<u>अ] हेदहयाच्यारुंदीपेक्षालांबकामाचेतुकडेदळण्यासाठीवापरलेजाते</u>

ब] चाकाच्या चेहऱ्याच्या रुंदीपेक्षा लहान कामाचे तुकडे बारीक करण्यासाठी याचा वापर केला जातो

क] चाकाच्या चेहऱ्याच्या रुंदीइतके कामाचे तुकडे दळण्यासाठी याचा वापर केला जातो

ड] यापैकी नाही

347] ग्राइंडिंग द्रवपदार्थ -------- असावा.

अ] उच्च स्निग्धता

ब] कमी हुश पॉइंट

क] जबरदस्ती

<u>ड] उच्चउष्णताशोषण</u>

348] पॅराफिन आणि वॉटर कूलंट यांचे मिश्रण ------- साठी शिफारसीय आहे

अ] दळणे

ब] लॅपिंग सिमेंट कार्बाइड.

क] डायमंड व्हील

<u>ड] डायमंडव्हीलसहसिमेंटकार्बाइडपीसणेकिंवालॅपिंगकरणे</u>

349] ग्राइंडिंग व्हील कसे चालवायचे?

अ] कोरडे दळणे

ब] ओले दळणे

क] कडक दळणे

<u>ड] मऊदळणे</u>

350] ग्राइंडिंग ऑपरेशन दरम्यान कटिंग फ्लुइड वापरण्याचा फायदा म्हणजे ------

अ] 5000 पृष्ठभाग समाप्त

ब] कटिंग फोर्समध्ये घट

क] कामाचा तुकडा कडक होणे कमी करणे

<u>ड] हेसर्व.</u>

351] सरळ oi\s बद्दल खालीलपैकी कोणते विधान बरोबर आहे?

<u>अ] चांगलेवंगणआणिखराबशीतलक.</u>

ब] चांगले वंगण आणि चांगले शीतलक

क] खराब वंगण आणि खराब शीतलक

ड] खराब वंगण आणि चांगले शीतलक

352] पीसताना खालीलपैकी कोणते शीतलक वापरले जाते?

अ] रासायनिक द्रव

ब] अर्ध रासायनिक

क] इमल्शन

<u>ड] हेसर्व</u>

353] 0.015 ते 0.030 मिमी खोलीसाठी कापण्याची शिफारस केली जाते --------

अ] समाप्त

<u>ब] उग्र</u>

क] अर्ध समाप्त

ड] सुपर फिनिश

354] नवीन ग्राइंडिंग व्हील ग्राइंडरवर बसवताना, चाकाचे नुकसान शोधण्यासाठी चाचणी वापरली जाते?

<u>अ] धातूनसलेल्यावस्तूनेचाकटॅपकरूनध्वनीचाचणी</u>

ब] स्टील हातोडा वापरून ध्वनी चाचणी

क] चाक जमिनीवर फिरू देऊन रोलिंग चाचणी

ड] एक चाचणी खूप जास्त पृष्ठभागाच्या वेगाने चालते

355] ग्राइंडिंग व्हीलची व्हिज्युअल तपासणी --------- केली जाते.

अ] तुटलेली किंवा चिरलेली कडा.

ब] चाकाच्या पृष्ठभागावर क्रॅक

<u>क] खराबझालेलेमाउंटिंगबुशिंग.</u>

ड] हे सर्व

356] एक वेडसर चाक, मालेट मारल्यावर --------- देते.

अ] स्पष्ट आवाज

ब] मंदआवाज.

क] आवाज नाही

ड] यापैकी नाही

cnc lathe qr.jpg

cnc milling machine.jpg

सीएनसीमशीनटेपपंच

image

357] टेप पंच 1 इंच रुंदीच्या टेपने बनविला जातो

A] पेपर Mylar

ब] ॲल्युमिनियम मायलार

क] प्लास्टिक

ड] सर्व वर

358] पॉइंट टू पॉइंट पोझिशनिंग पोझिशनिंग सिस्टम........] स्वीकार्य आहे

अ] ओपन लूप कंट्रोल सिस्टम

ब] बंदलूपनियंत्रणप्रणाली

क] दोन्ही वर

ड] त्यापैकी एकही नाही

359] सीएनसी मशीनमध्ये......

अ] लीड स्क्रू

ब] बॉललीडस्क्रू

क] दोन्ही वर

ड] दोन्हीपैकी नाही

CNC कार्यक्रमसमन्वयक

image

360] उप कार्यक्रमाचे उद्दिष्ट आहे........

A] XY Z समन्वय शोधण्यासाठी.

ब] इतर लहान मशीनसाठी.

क] कटिंग टूल नोज टूल नोज पेनिट्रेशन मध्ये जॉब्स पृष्ठभाग उच्च गती टाळण्यासाठी.

इ] विशेषस्थितीतकामाचीमशीनिंगकरतानाप्रोग्रामब्लॉकच्यावेळेचावापरकरूनका.

361] xyz को-ऑर्डिनेट पॉइंट शून्य-माप मोजत असताना वेळ म्हणजे काय

अ] संदर्भ चिन्ह.

ब] काम शून्य

C] समन्वय बिंदू

इ] सर्ववर

362] सीएनसी मशीन अक्षाद्वारे निर्दिष्ट......

अ] 2 अक्ष

ब] 3 अक्ष

क] 4 अक्ष

इ] सर्ववर

सीएनसीमशीनअक्ष

image

363] सीएनसी मशीनचा Xyz अक्ष जो मोजमापासाठी वापरला जातो.

अ] कार्यशून्यबिंदू

ब] यंत्र शून्य बिंदू

C] सामान्य शून्य बिंदू

इ] सर्व वर

364] सीएनसी मशीनमध्ये कोणता बिंदू उपयुक्त नाही.

अ] सीएनसी मशीनवर विविध ऑपरेशन केले जातात.

ब] तपासणीसाठी कमी रक्कम.

क] माप सेट करण्यासाठी कठीण.

D] मशीनचीकार्यक्षमताऑपरेटरच्याकौशल्यावरअवलंबूनअसते.

365] आवश्यकतेपूर्वी शून्य ऑफसेट निवडण्यासाठी.........

A] कटर मशीनच्या टेबलावर निश्चित केले आहे.

ब] मशीनमध्ये प्रविष्ट केलेला डेटा.

क] मशीन टेबलवर नोकरी निश्चित केली आहे.

D] मशीनचालवण्यापूर्वीवेगआणिफीडचीनिवडआवश्यकआहे.

सीएनसीकार्यशून्यऑफसेटसेटिंग.

image

366] शून्य ऑफसेट प्रोग्राम सूचित करतो........] खालील कोड

अ] X yz

ब] X0 y0 z00

C] X10 Y20 Z30

D] G71

367] काम शून्य आहे

अ] जॉब पोझिशनवरील मशीन शून्याचा डेटा.

ब] X0Y0Z0 द्वारे सूचित करा.

क] कार्यक्रमानुसारनोकरीवरीलबिंदूचीनिवड.

ड] मशीनिंग पॉइंटचा शेवट

368] M कमांड ऑपरेशन सुरू करण्यासाठी आणि संपूर्ण क्रांती चक्र M03 म्हणजे पूर्ण करण्यासाठी वापरली जाते.

अ] कार्यक्रम थांबवा.

ब] कार्यक्रम पूर्ण आणि रीसेट.

क] कार्यक्रम पूर्ण करा.

ड] स्पिंडलघड्याळाच्यादिशेनेगती.

सीएनसीमशीनपॉवरपॅक

image cnc lubricating-unit.png

369] सीएनसी मशिन मॅन्युअली चालवत नाही ते .... द्वारे नियंत्रित केले जाते.

एककार्यक्रम

ब] ऑपरेशन

क] कॅम

ड] प्लग बोर्ड प्रणाली

370] CNC मशीन मध्ये M13 म्हणजे

अ] शीतलक थांबा

ब] शीतलक चालू

क] स्पिंडल स्टॉप

D] कूलंटचालूआणिस्पिंडलचालू

371] CNC मशीनमधील पॉवर पॅकचे कार्य.

अ] वंगणउष्णतासंतुलितकरण्यासाठी.

ब] स्नेहकांच्या वाढत्या उष्णतेसाठी.

क] वंगण उष्णता नष्ट करण्यासाठी.

ड] सर्व वर.

सीएनसीमशीनबेड.

image

372] सीएनसी मशीन बेडचा विभाग आहे.....

सपाट

ब] अर्धी फेरी

क] आयताकृती

ड] त्रिकोणी

373] खालील विधान CNC मशीनचे नुकसान आहे.

अ] कमी तपासणी शुल्क.

ब] कमी टूलिंग चार्ज.

क] उत्पादन दर वाढवा.

ड] उच्चआस्थापनाशुल्क.

374] पॉइंट टू पॉइंट सिस्टम ...... साठी अधिक प्रभावी आहे.

अ] वळणे

ब] प्रोफाइल मिलिंग

क] दळणे

ड] ड्रिलिंग

एनसीमशीनवरटूलसेटिंग.

image

375] NC मशीनवर टूल सेटिंग......] युनिट.

अ] प्रीसेटिंगडिव्हाइस.

ब] मशीनशिवाय विशेष उपकरण ऑर्डर करा.

C] nc मशीनवर इतर रिकामी वेळ.

ड] इतर ऑपरेशन मशीनवर काम करताना.

376] या प्रणालीमध्ये अंगभूत निर्देशांक असलेल्या मोजमाप प्रणालीला शून्य स्थिती म्हणतात.

अ] संदर्भ बिंदू.

ब] यंत्र शून्य बिंदू.

क] शून्यबिंदूकाम

D] कार्यक्रम शून्य बिंदू.

377] जॉब चालू करणे CNC मशीन 50 mm dia turn with programs असे सांगितले की ट्रायल उत्पादनाच्या वेळी 50.1 mm ची चालते ज्यानंतर Idea चा वापर योग्य

डाय मेकिंगसाठी केला जातो.

A] टूलचा ऑफसेट वाढवून 0.1 मिमी.

ब] टूलचा ऑफसेट वाढवून 0.05 मिमी

C] टूलऑफसेटकमीकरून 0.05 मिमी

D] टूल ऑफसेट कमी करून 0.1 मिमी

सीएनसीकॉपिंगलेथमशीन.

image

378] सीएनसी मशीनवर शून्य ऑफसेट मंद परिमाण मोजण्यासाठी.........मोड सेट केला आहे

A] MDI

ब] जोग

क] स्वयंचलित

ड] प्रीसेट

379] कॉपींग लेथच्या कॉपिंग युनिटवर काम सुरू आहे

अ] यांत्रिक शक्ती यंत्रणा

ब] हात शक्ती यंत्रणा

C] हायड्रोलिकपॉवरसिस्टम

ड] त्यापैकी एकही नाही

380] न्यूमॅटिक पॉवर सिस्टमचा कोणता फायदा खालीलप्रमाणे आहे

अ] उत्पादन दर वाढीसाठी.

ब] लेआउटसाठी कमी रोख

क] कामासाठी चांगले वातावरण

ड] सर्ववर

सीएनसीमशीनटेम्पलेट्सचेतत्त्व.

image

381] चेहरा कॉपी करण्यासाठी........] टाईप टेम्प्लेट वापरला जातो

अ] गोलाकार

ब] प्लेट प्रकार

क] सपाट

ड] त्रिकोणी

382]............] सीएनसी मशीनचे मुख्य तत्व आहे का?

अ] सर्व अवस्था संख्यांमध्ये दर्शवा

ब] मशीनवरील यांत्रिक नियंत्रणासाठी अधिक वेळ आवश्यक आहे.

C] कटिंग गती मॅन्युअल नियंत्रणापेक्षा जास्त आहे.

ड] वर्कशॉपमधीलउत्पादनक्रममशीनमध्येब्लॉकनंबरद्वारेसंग्रहितकेलाजातो.

383] एका शाफ्टच्या प्रतीसाठी.......] टाईप टेम्प्लेट वापरला जातो.

अ] गोलाकार

ब] त्रिकोणी

क] सदनिका

ड] चौकोन

सीएनसीप्रोग्रामटूलपथ.

image

384] अखंड मार्गाची लक्षणे आहेत

अ] मोजणी प्रणाली म्हणतात.

ब] आंतरसंबंधित गतीसाठी को-ऑर्डिनेट अक्षावरील टूल आणि वर्क पीस.

क] कटर फीड आणि गती सेटिंग करून

<u>ड] सर्ववर</u>

385] Misc कमांड M30 म्हणजे........

<u>अ] प्रोग्रामचाशेवटआणिरीसेट</u>

ब] कार्यक्रम थांबवा

क] स्पिंडलची घड्याळाच्या दिशेने गती

ड] कार्यक्रम पूर्ण करा

386] अनुदैर्ध्य फीडसह अनसेटिंग स्पिंडल वर्टिकल मिलिंग मशीनसह मिलिंग करताना मिलिंग पृष्ठभागावर परिणाम होतो.

अ] बहिर्वक्र पृष्ठभाग

<u>ब] अवतलपृष्ठभाग</u>

क] त्रिज्या क्रॉस रेषा

ड] खडबडीत पृष्ठभाग

<u>सीएनसीमिलिंगऑपरेशन]</u>

image

387] वर्टिकल मिलिंग मशिनद्‌वारे 12 मिमी डाय एंड मिल कटरद्‌वारे स्लॉटद्‌वारे मिलिंग करताना सौम्य स्टील प्लेटवर कटर स्लीप आहे आणि तो कसा टाळता येईल या दोषासाठी कटर स्लीप आहे.

अ] हाय स्पीड स्पिंडल

ब] कमी कटिंग गती

क] कट खोली वाढणे

<u>ड] कटरचीखोलीआणिफीडकमी</u>

388] स्क्रूची 5 मिमी पिच आणि 40 : 1 चे विभाजक गुणोत्तर असलेले मिलिंग मशीनचे शिसे काय आहे

अ] 0.25 मिमी

ब] 5 मि.मी

क] 8 मिमी

ड] 200 मिमी

389] डाऊन मिलिंग ऑपरेशनसाठी बॅकलॅश एलिमिनेटर स्लॅप कटरचा वापर न केल्यास कोणती सुरक्षितता पाळावी?

अ] कमीशिसेआणिखोली

ब] उच्च आघाडी

C] उच्च शिसे आणि कमी खोली

ड] उच्च शिसे आणि उच्च गती

सीएनसीमशीनशून्यआणिफीडदर.

cnc machine zero.PNG

390] शून्य ऑफसेट हे.....] आणि........ यांच्यातील अंतर आहे.

अ] G41 आणि g42

ब] यंत्रशून्यआणिकार्यशून्य

C] संदर्भ बिंदू आणि टॅपिंग मोड

ड] त्यापैकी एकही नाही

391] फीड दर mm प्रति मिनिट G सह प्रोग्राम केला आहे.........] आणि mm प्रति- G सह क्रांती.

अ] G41 आणि g42

ब] G 43 आणि G 40

क] G 94 आणि g95

ड] त्यापैकी एकही नाही

392] कडून सर्व सूचना गोळा करण्यासाठी.......] CNC कंट्रोल युनिटमध्ये

अ] स्मृती

ब] टेप रीडर

C] नियंत्रण पॅनेल

ड] ऑपरेटर

सीएनसीड्रिलिंगमशीन.

cnc drilling machine.jpg

393] सीएनसी ड्रिलिंग मशीन y अक्षाच्या पुढे आणि मागे नियंत्रणासाठी.........

अ] स्पिंडल

ब] तक्ता

क] घड्याळाच्या दिशेने

<u>ड] स्तंभ</u>

394] M 01 कमांड म्हणजे.....

अ] कार्यक्रम थांबवण्यासाठी

ब] कार्यक्रमाचा शेवट आणि रीसेट

<u>क] कार्यक्रमथांबवणेअट</u>

ड] मशीन स्पिंडलचे घड्याळाच्या दिशेने फिरणे

395] CNC मशीनची स्थापना अमेरिकन शास्त्रज्ञ जॉन पर्सन यांनी.......] साली केली

अ] 1950

<u>ब] 1952</u>

क] 1955

डी] 1957

<u>CNC नियंत्रण, इनपुटआणिमेमरीयुनिट.</u>

cnc control.jpg

396] सीएनसी मशीनला कमांड देण्यासाठी वापरल्या जाणाऱ्या युनिटचे नाव.

अ] नियंत्रण एकक

ब] मेमरी युनिट

<u>क] इनपुटयुनिट</u>

ड] आउटपुट युनिट

397] सीएनसी मशीनमधील डेटावर प्रक्रिया करण्यासाठी वापरल्या जाणाऱ्या युनिटचे नाव.

अ] मेमरी युनिट

<u>ब] नियंत्रणएकक</u>

क] इनपुट युनिट

ड] आउटपुट युनिट

398] सीएनसी मशीनमध्ये डेटा साठवण्यासाठी वापरल्या जाणाऱ्या युनिटचे नाव.

अ] इनपुट युनिट

ब] नियंत्रण एकक

<u>क] मेमरीयुनिट</u>

ड] आउटपुट युनिट

<u>सीएनसीमशीनमध्येसर्वोमोटर.</u>

servo motor.jpg cnc spindle-motor.png

399] सीएनसी मशीनमधील डेटाची गणना करण्यासाठी वापरल्या जाणाऱ्या युनिटचे नाव.

अ] आउटपुट युनिट

<u>ब] अंकगणितएकक</u>

क] मेमरी युनिट

ड] इनपुट युनिट

400] सीएनसी मशीनमध्ये प्रोसेसिंग डेटाचा परिणाम प्रदर्शित करण्यासाठी वापरल्या जाणाऱ्या युनिटचे नाव

अ] अंकगणित एकक

<u>ब] आउटपुटयुनिट</u>

क] मेमरी युनिट

ड] इनपुट युनिट

401] सीएनसी मशिनमधील सर्वो मोटर .... यासाठी वापरली जाते.

अ] मशीन स्पिंडलवर बदलण्याचे साधन

ब] ड्रायव्हिंगमशीनस्पिंडल

क] मशीन स्पिंडलवर फिक्सिंग जॉब

ड] स्पिंडलवर काम सिद्ध करणे

सीएनसीमशीनचेप्रकार.

types of cnc.jpg

402] सीएनसी मशीनच्या खालीलपैकी एक भाग स्पिंडलवर टूल्स बदलण्यासाठी वापरला जातो.

अ] सर्वो मोटर

ब] नियंत्रण पॅनेल

C] स्वयंचलितटूलचेंजर ATC

ड] हाय स्पीड स्पिंडल

403] सीएनसी मिलिंग श्रेणीतील खालीलपैकी एक सीएनसी मशीन आहे.......

अ] चकिंग केंद्र

ब] CNC उशीरा

क] अनुलंबमशीनिंगकेंद्र

ड] पृष्ठभाग पीसण्याचे यंत्र

404] टर्निंग सेंटर किंवा सीएनसी लेथ श्रेणीतील खालीलपैकी एक सीएनसी मशीन आहे.......

अ] अनुलंब मशीनिंग केंद्र

ब] क्षैतिज मशीनिंग केंद्र

क] उभेवळणकेंद्र

ड] प्रोफाइल ग्राइंडिंग मशीन

सीएनसीमशीनसाठीविविधकार्ये.

miscellaneous function.jpg

405] ग्राइंडिंग सेंटर श्रेणीतील खालीलपैकी एक सीएनसी मशीन आहे....

अ] युनिव्हर्सल मिलिंग सेंटर

<u>ब] दंडगोलाकारग्राइंडिंगमशीन</u>

C] CNC उशीरा

ड] अनुलंब मशीनिंग केंद्र

Grinding wheels 1 bench grinder-wheel.png

दळणे

406] CNC मशीन प्रोग्रामिंगमध्ये M हा शब्द सूचित करतो

अ] फीड दर

ब] स्पिंडल गती

<u>क] विविधकार्य</u>

ड] साधन क्रमांक

407] सीएनसी मशीन प्रोग्रामिंग प्रीपेरेटरी फंक्शनमध्ये G00 यासाठी आहे.....

<u>अ] रेखीयप्रक्षेपण</u>

ब] घड्याळाच्या दिशेने वर्तुळाकार प्रक्षेपण

C] घड्याळाच्या उलट दिशेने वर्तुळाकार इंटरस्पेलेशन

ड] धरा

<u>सीएनसीमशीनसाठीतयारीकार्ये.</u>

preparatory function.jpg

408] सीएनसी मशीन प्रोग्रामिंग प्रीपेरेटरी फंक्शनमध्ये G02 यासाठी आहे.....

अ] रेखीय प्रक्षेपण

<u>ब] घड्याळाच्यादिशेनेवर्तुळाकारप्रक्षेपण</u>

C] घड्याळाच्या उलट दिशेने वर्तुळाकार इंटरस्पेलेशन

ड] धरा

409] खालीलपैकी एक प्रीपेरेटरी फंक्शन G 00 CNC प्रोग्राममध्ये .... साठी वापरले जाते.

अ] सरळ रेषेत रेखीय इंटरस्पेलेशन किंवा फीड मोशन.

ब] घड्याळाच्या दिशेने वर्तुळाकार इंटरस्पेलेशन

<u>क] पॉइंटटूपॉइंटपोझिशनिंगकिंवारॅपिडमोशन.</u>

D] घड्याळाच्या उलट दिशेने वर्तुळाकार इंटरस्पेलेशन

410] 3D इंटरपेलेशनसाठी CNC प्रोग्राममध्ये वापरल्या जाणाऱ्या बेलो प्रीपेरेटरी फंक्शनपैकी एक

अ] जी ०५

<u>ब] G12</u>

क] G17

D] G18

<u>सीएनसीमशीनवरथ्रेडिंगआणिटॅपिंग.</u>

threading & tapping on cnc.jpg

411] थ्रेड कटिंग कॉन्स्टंट लीडसाठी सीएनसी प्रोग्राममध्ये वापरल्या जाणाऱ्या बेलो प्रीपेरेटरीपैकी एक

A] G33

ब] G40

क] G53

D] G62

412] टॅपिंग ऑपरेशनसाठी CNC प्रोग्राममध्ये वापरल्या जाणाऱ्या बेलो प्रिपरेटरी फंक्शनपैकी एक.

अ] जी-40

ब] G53

क] G62

D] G63

413] मिलिंग ऑपरेशनसाठी CNC प्रोग्राममध्ये वापरलेले खालीलपैकी एक प्रीपेरेटरी फंक्शन.

A] G62

ब] G63

क] जी७८, ७९

ड] G81

सीएनसीमशीनवरड्रिलिंग, बोरिंगआणिरीमिंग

drilling boring & reaming.jpg

414] ड्रिलिंग ऑपरेशनसाठी CNC प्रोग्राममध्ये वापरल्या जाणाऱ्या बेलो प्रिपरेटरी फंक्शनपैकी एक.

अ] जी८१

ब] जी ८२

क] जी ८४

ड] जी ८५

415] रीमिंग ऑपरेशनसाठी CNC प्रोग्राममध्ये वापरल्या जाणाऱ्या बेलो प्रीपेरेटरी फंक्शनपैकी एक.

अ] जी ८४

ब] जी८५

क] जी ८६

ड] जी 90

416] कंटाळवाणा ऑपरेशनसाठी CNC प्रोग्राममध्ये खालीलपैकी एक प्रीपेरेटरी फंक्शन वापरले जाते.

अ] जी८६

ब] जी ९०

क] जी ९१

ड] जी ९२

CNC कार्यक्रमक्रमक्रमांक.

cnc program sequence.png

417] सीएनसी प्रोग्राममध्ये ब्लॉकचा अनुक्रम क्रमांक दर्शवण्यासाठी कोणते अक्षर वापरले जाते

अ] एन

ब] जी

क] एफ

डी] एस

418] सीएनसी प्रोग्राममध्ये रेखीय अक्षाची स्थिती दर्शवण्यासाठी कोणते अक्षर वापरले जाते

A] ABC

ब] UVW

क] XYZ

ड] IJK

419] फीड रेटसाठी CNC प्रोग्राममध्ये खालीलपैकी एक अक्षर वापरले जाते

अ] एस

ब] एफ

क] टी

ड] एम

सीएनसीमशीनमध्येटूलचेंजआणिस्पिंडलस्पीड.

cnc milling
tool change i cnc.jpg atcautomatic-tool-changer-atc.png

420] खालीलपैकी एक अक्षर RPM मध्ये स्पिंडल स्पीडसाठी CNC प्रोग्राममध्ये वापरले जाते

आहे

ब] टी

क] एस

ड] एफ

421] CNC प्रोग्राममध्ये टूल फंक्शन नंबर दर्शवण्यासाठी कोणते अक्षर वापरले जाते

अ] टी

ब] एस

सेमी

ड] एफ

422] सीएनसी प्रोग्राममध्ये प्रोग्राम स्टॉप करण्यासाठी विविध फंक्शन वापरले जाते

A] M03

ब] M00

C] M01

D] M02

सीएनसीमशीनस्पिंडलदिशा.

cnc machine spindle direction.png

423] खालील संकीर्ण फंक्शनपैकी एक पर्यायी स्टॉप प्रोग्राम करण्यासाठी वापरले जाते

अ] एम०१

B] M 02

C] M 03

D] M 04

424] सीएनसी प्रोग्राममध्ये विविध कार्य M02 वापरले जाते......

अ] कार्यक्रमथांबवा

ब] वैकल्पिक कार्यक्रम थांबवा

क] कार्यक्रमाचा शेवट

ड] घड्याळाच्या दिशेने स्पिंडल चालू

425] सीएनसी प्रोग्राममध्ये विविध फंक्शन M03 वापरले जाते.........

अ] घड्याळाच्या उलट दिशेने स्पिंडल चालू

ब] घड्याळाच्यादिशेनेस्पिंडलचालू

क] स्पिंडल बंद

ड] साधन बदल

सीएनसीमशीनमध्येकूलंट.

coolant in cnc machine.jpg

cnc coolant-pump.png

426] स्पिंडल स्टॉपसाठी CNC प्रोग्राममध्ये वापरलेले खालील संकीर्ण फंक्शनपैकी एक.

A] M04

<u>ब] M05</u>

C] M06

D] M07

427] सीएनसी प्रोग्राममध्ये टूल्स बदलासाठी कोणते विविध फंक्शन वापरले जाते

<u>A] M06</u>

ब] M07

C] M09

D] M10

428] शीतलक चालू करण्यासाठी CNC प्रोग्राममध्ये वापरलेले खालील संकीर्ण फंक्शनपैकी एक

<u>A] M08</u>

ब] M09

C] M10

D] M11

<u>सीएनसीमशीनवरजॉबक्लॅम्पकरणे.</u>

clamping the job on
cnc.jpg

429] CNC प्रोग्राममधील खालील संकीर्ण फंक्शनपैकी एक कूलंट बंद करण्यासाठी वापरले जाते

A] M11

ब] M10

<u>C] M9</u>

D] M15

430] सीएनसी प्रोग्राममध्ये मशीन टेबलवर जॉब क्लॅम्प करण्यासाठी कोणते विविध फंक्शन वापरले जाते.

A] M09

<u>ब] M10</u>

C] M11

D] M15

431] सीएनसी प्रोग्राममधील खालील संकीर्ण फंक्शनपैकी एक कार्य अनक्लेम्प करण्यासाठी वापरले जाते

A] M11

ब] M15

C] M30

D] M60

सीएनसीमशीनमध्येवर्कपीसबदलणे.

workpice change in cnc.jpg

432] सीएनसी प्रोग्राममध्ये वर्कपीस बदलण्यासाठी कोणते विविध फंक्शन वापरले जाते

A] M30

ब] M60

C] M68

ड] M78

433] मशीन ... सीएनसी मशीनवर शून्य ऑफ-सेटिंगसाठी आहे.

A] MDI मोडमध्ये

ब] जॉग मोडमध्ये

C] स्वयंचलित मोडमध्ये

ड] वर्तमान मोडमध्ये

434] NC मशीनवरील फीड दर ......कोड द्वारे दर्शविला जातो.

अ] एक्स

ब] य

क] एफ

ड] झेड

सीएनसीमशीनअक्षस्थिती]

cnc machine axis position.jpg

435] अक्षाची स्थिती ....कोड द्वारे दर्शविली जाते.

अ] X, Y, Z

B] P, Q, R

क] अ, ब, क

D] M, N, O

436] CNC ड्रिलिंग मशीन चालू आहे ....Axis Programmed.

अ] दोन अक्ष

ब] तीन अक्ष

क] चार अक्ष

ड] सहाअक्ष

437] ....युनिट कडून CNC च्या कंट्रोल युनिटमध्ये सूचना गोळा करा

अ] यंत्र साधन

ब] सूचना

क] चुंबकीय पेटी

ड] स्मृती

सीएनसीमशीनचाकार्यरतआलेख]

working graph of cnc machine.jpg

438] NC मशीनची टेप तयार करण्यासाठी -----------कोड वापरला जातो.

अ] EIA कोड

ब] ISO कोड

C] ASC कोड

ड] त्यापैकी एकही नाही.

439] सीएनसी मशीन कन्व्हेन्शन मशीनपेक्षा अधिक अचूक उत्पादन देते, परंतु ते अधिक महाग आहे कारण.

अ] यात एसी केबिन आहे

ब] यातइस्टप्रूफकेबिनआहे

क] याचा पाया मजबूत आहे

ड] त्यात अधिक जागा आहे

440] CNC मशीन डिजिटल लाईनवर ग्राफिकल बेस द पॉइंटवर काम करत आहे, डिजिटल पॉइंट्स कॉल ....

अ] आलेख

ब] इनपुट मीडिया

क] समन्वय

ड] मूळ मुद्दा

सीएनसीमशीनमध्येअक्षरोटरीमोशन]

axis rotary motion in CNC.png

441] अनुदैर्ध्य फीडसाठी सीएनसी मशीनवर.......अक्ष, क्रॉस फीड......अक्ष आणि उभ्या फीडसाठी........अक्ष नाव दिलेले आहे.

अ] अ, ब, क

ब] X,Y,Z

C] P, Q, R

D] M, N, O

442] रोटरी मोशनसाठी CNC मशीनच्या अक्षावर ....नाव दिलेले आहे.

अ] अ, ब, क

ब] X,Y,Z

C] P, Q, R

D] M, N, O

443] CNC मशीन म्हणजे......

अ] नैसर्गिक नियंत्रण यंत्र

ब] वायवीय नियंत्रण यंत्र

<u>क] संख्यात्मकनियंत्रणयंत्र</u>

ड] कमांड मशीन नाही

औद्योगिक प्रशिक्षण संस्था

मासिक चाचणी-1 , गुण- 20, तारीखः- ______________

(प्रत्येक प्रश्नाला दोन गुण असतात)

1-06] ln ग्राइंडिंग मशीन, टेबलची हालचाल कशी उलट केली जाते?

अ] मर्यादा स्विचद्वारे

ब] समीपतेने

क] स्टॉपर्सद्वारे

ड] सहलीच्या कुत्र्यांकडून

2-07] ग्राइंडिंग मशीनमध्ये वापरल्या जाणाऱ्या हायड्रॉलिक द्रवपदार्थाचा गुणधर्म कोणता नाही?

अ] ते हवा नियंत्रित किंवा शोषू नये

ब] त्यामुळे हलणाऱ्या भागांना गंज येऊ नये

क] पुरेशी स्निग्धता असावी

डी] ऑपरेटिंग तापमानात त्याची वाफ होणे आवश्यक आहे

3-08] पेडेस्टल ग्राइंडिंग मशीन ------------ द्वारे धरले जाते

अ] यंत्र

ब] हात

क] स्थिरता

ड] तक्ता

4-09] व्हील फेस आणि टूल रेस्ट मधील अंतर --- असावे.

अ] 4 मिमी

ब] 5 मि.मी

क] शून्य

ड] 3 मिमी

5-10]जमिनीच्या कामाच्या तुकड्यातून अवशिष्ट चुंबकत्व काढून टाकणारी उपकरणे. .

अ] डी-मॅग्नेटायझर
ब] इलेक्ट्रोमॅग्नेट
क] कायम चुंबक
ड] वरीलपैकी काहीही नाही

6-11] चुंबकीय चक निर्दिष्ट करण्यासाठी तपशील द्यावा ------
अ] प्रकार विद्युत चुंबकीय असोत
ब] चकची लांबी
क] साधा दुर्गुण
ड] हे सर्व

7-12] कोणत्या प्रकारच्या ग्राइंडिंग मशीनमध्ये चुंबकीय चक वापरला जातो?
अ] पृष्ठभाग पीसण्याचे यंत्र
ब] दंडगोलाकार ग्राइंडिंग मशीन
क] अंतर्गत ग्राइंडिंग मशीन
ड] कॅम शाफ्ट ग्राइंडिंग मशीन

8-14] पृष्ठभाग ग्राइंडरवर सर्वात लोकप्रिय चक ---------- आहे.
अ] वायवीय चक
ब] हायड्रॉलिक चक
क] चुंबकीय चक
D} तीन कायदा चक

9-15} चुंबकीय चकची मर्यादा--------- आहे
अ] वेरिएबल होल्डिंग प्रेशर
ब] जास्त सेटअप वेळ
क] लहान कामाच्या तुकड्यासह मध्यभागी आणि काम करण्यात अडचण
ड] वरीलपैकी काहीही नाही

10-17] अरुंद पृष्ठभाग असलेले काम, ज्याला थेट चुंबकीय चक कठोरपणे धरता येत नाही -----------
अ] साधा दुर्गुण
ब] सार्वत्रिक दुर्गुण
C] 'C' क्लॅम्पसह कोन प्लेट
ड] चुंबकीय चक

औद्योगिक प्रशिक्षण संस्था

मासिक चाचणी-2 , गुण- 20, तारीख:- ________________

(प्रत्येक प्रश्नाला दोन गुण असतात)

1-21] बेलनाकार ग्राइंडिंग मशीनच्या भागाचे नाव द्या जो टेबलला लंब सरकतो

हालचाल

अ] पाया

ब] हेड स्टॉक

क] शेपटी साठा

ड] चाकाचे डोके

2-22] दंडगोलाकार ग्राइंडर --------- आहे

अ] साधा दंडगोलाकार ग्राइंडर

ब] युनिव्हर्सल ग्राइंडर

क] मध्यभागी कमी ग्राइंडर

ड] हे सर्व

3-23] साध्या दंडगोलाकार ग्राइंडरचा वापर उत्पादनासाठी केला जाऊ शकतो-

A} टेपर्स

ब] कटाखाली

C] अवतल आणि बहिर्वक्र त्रिज्या

ड] हे सर्व

4-24] तुम्ही अंतर्गत त्रिज्या अचूक असल्याची खात्री कशी कराल?

अ] त्रिज्या गेजद्वारे

ब] गोल बॉल बेअरिंग बसवून

क] साच्यानुसार

D] ऑपरेशनच्या जॉबच्या त्रिज्येच्या बरोबरीने एक अंतर्गत पीस करून

5-25] ग्राइंडिंग मशीनचे नाव सांगा ज्यावर बोअर ग्राइंडिंग केले जाते.

अ] दंडगोलाकार ग्राइंडर

ब] अंतर्गत दंडगोलाकार ग्राइंडर

क] पृष्ठभाग पीसणे

ड] केंद्र कमी ग्राइंडर

6-26] चेहरा पीसणे -------- मध्ये केले जाते.

अ] पृष्ठभाग ग्राइंडर

ब] बाहय दंडगोलाकार ग्राइंडर

C] अंतर्गत दंडगोलाकार ग्राइंडर

ड] कॅमशाफ्ट ग्राइंडर

7-27] अंतर्गत ग्राइंडिंग मशीन ---- तयार करण्यासाठी वापरली जातात

अ] अंतर्गत दंडगोलाकार छिद्रे

ब] टॅपर्ड पृष्ठभाग

क] सपाट पृष्ठभाग

ड] यापैकी नाही

8-28] टूल आणि कटर ------------- द्‌वारे पुन्हा आकार दिला जातो

अ] पृष्ठभाग पीसण्याचे यंत्र

ब] टूल आणि कटर ग्राइंडिंग मशीन

क] दंडगोलाकार ग्राइंडिंग मशीन

ड] रोटरी ग्राइंडिंग मशीन

9-29] टूल आणि कटर ग्राइंडरच्या भागाचे नाव सांगा ज्यावर व्हील हेड बसवले जात आहे.

अ] पाया

ब] खोगीर

क] स्तंभ

ड] तक्ता

10-32] सदोष केंद्र छिद्रांमुळे त्रुटी ------- च्या ऑपरेशनद्‌वारे दूर केली जाते.

अ] पृष्ठभाग ग्राइंडर

ब] मध्यभागी कमी ग्राइंडर

क] टूल आणि कटर ग्राइंडर

ड] दंडगोलाकार ग्राइंडर

औद्‌योगिक प्रशिक्षण संस्था

मासिक चाचणी-३ , गुण- २०, तारीखः- _______________

(प्रत्येक प्रश्नाला दोन गुण असतात)

1-36] मायक्रोमीटरच्या बाहेरील मेट्रिकच्या स्लीव्हवरील एका भागाचे मूल्य किती आहे?

अ] 2.00 मि.मी

ब] 1.00 मि.मी

क] 0.50 मि.मी

ड] 1.50 मि.मी

2-37] मायक्रोमीटरमध्ये लॉक नट ---------- प्रदान केले जाते.

अ] कामाचे अचूक मोजमाप करा

ब] मायक्रोमीटर वापरात नसताना लॉक करा

C] सेटिंग काम संपल्यानंतर वाचन लॉक करा

ड] स्पिंडलच्या हालचालीवर नियंत्रण ठेवा

3-38} मायक्रोमीटरमध्ये 0.02 मिमीची सकारात्मक त्रुटी आहे. तेव्हा योग्य वाचन काय आहे

मायक्रोमीटर 25.41 मिमी मोजते?

अ] 25.39 मिमी

ब] 25.39 मिमी

क] 25.39 मिमी

ड] 25-39 मिमी

4-40] बाहेरील कनेक्टिव्हिटी तपासण्यासाठी खालीलपैकी कोणते साधन वापरले जाते व्यास?

अ] व्हर्नियर कॅलिपर

ब] बाहेरील मायक्रोमीटर

सी] चाचणी निर्देशक डायल करा

ड] कॅलिपर डायल करा

5-41] मायक्रोमीटरमध्ये 0.02 मिमीची सकारात्मक त्रुटी असते. जेव्हा मायक्रोमीटर 25.41 मिमी मोजतो तेव्हा योग्य वाचन काय आहे ?

अ] 25.37 मिमी

ब] 25.39 मिमी

क] 25.43 मिमी

ड] 25.45 मिमी

6-42] खालीलपैकी एका मायक्रोमीटरमध्ये थिंबल आणि स्लीव्हवरील ग्रॅज्युएशन आहेत

बाहेरील मायक्रोमीटरच्या दिशेने उलट दिशा?

अ] मायक्रोमीटरच्या आत

ब] डेप्थ मायक्रोमीटर

क] ट्यूब मायक्रोमीटर

ड] फ्लँज मायक्रोमीटर

7-43] मायक्रोमीटर ------ तत्त्वावर कार्य करते.

अ] पेंच

ब] बोल्ट

क] स्टड

ड] नट आणि स्क्रू

8-44] आतील सर्वात लहान मायक्रोमीटरमध्ये स्लीव्हवर ग्रॅज्युएशन चिन्हांकित आहे

अ] 10 मि.मी

ब] 12 मिमी

क] 13 मिमी

ड] 25 मि.मी

9-45] खोलीच्या सूक्ष्ममापकाची पदवी --------- असते.

A] अंगठ्या आणि आस्तीन दोन्ही बाहेरील मायक्रोमीटरच्या उलट दिशेने

ब] स्लीव्हच्या फक्त उलट दिशेने

क] फक्त अंगठ्यावर उलट दिशेने

ड] बाहेरील मायक्रोमीटर सारखे

10-46] डेप्थ मायक्रोमीटरची सर्वात कमी गणना ----------- मेट्रिक प्रणालीमध्ये आहे

अ] 1 मि.मी

ब] 0.001 मिमी

C] 0.0001 मिमी

ड] 0.01 मिमी

औद्योगिक प्रशिक्षण संस्था

मासिक चाचणी-4 , गुण- 20, तारीखः- _______________

(प्रत्येक प्रश्नाला दोन गुण असतात)

1-56] व्हर्नियर कॅलिपरसह अचूकपणे वाचता येणारे किमान माप म्हणून ओळखले जाते -

अ] शून्य वाचन

ब] कमीत कमी संख्या

क] मुख्य प्रमाण वाचन

ड] वास्तविक वाचन -शून्य त्रुटी

2-57] व्हर्नियर हाईट गेजच्या कोणत्या भागावर मुख्य प्रमाणात विभागणी केली जाते?

.

अ] पाया

ब] व्हर्नियर प्लेट

क] तुळई

ड] बारीक समायोजन युनिट

3-58] चिन्हांकित करण्यासाठी व्हर्नियर उंची गेज -------- वर असणे आवश्यक आहे

अ] यंत्र साधनाचा पलंग

ब] पृष्ठभाग प्लेट

क] चौरस ब्लॉक

ड] कोणतीही सपाट पृष्ठभाग

4-59] व्हर्नियर हाईट गेज वापरण्यापूर्वी -------- याची खात्री करा.

अ] लॉकिंग स्क्रू लॉक केलेल्या स्थितीत आहे

ब] स्क्राइबर बंद आहे

C] व्हर्नियरचा शून्य मुख्य स्केलच्या शून्याशी एकरूप होतो

ड] गिब प्रदान केला आहे

5-60] व्हर्नियर उंची गेजची सर्वात कमी गणना............ आहे.

अ] ०.०५ मिमी

ब] 0.1 मिमी

C] 0.02 मिमी

ड] 0001 मिमी

6-61] व्हर्नियर हाईट गेज कोणते घालण्यासाठी ---------- वर वापरणे आवश्यक आहे

अ] व्ही ब्लॉक

ब] मशीन बेड

क] पृष्ठभाग प्लेट

ड] कोणतीही सपाट पृष्ठभाग

7-62] व्हर्नियर हाईट गेजच्या तुळईवर सरकलेला भाग ------ म्हणून ओळखला जातो.

अ] पाया

ब] बीम स्केल

क] लेखक

ड] व्हर्नियर स्लाइड

8-63] व्हर्नियर उंची गेजचा पाया साधारणपणे --------- यापासून बनविला जातो.

अ] कास्ट लोह.

ब] पोलाद

क] अॅल्युमिनियम मिश्र धातु

ड] टंगस्टन कार्बाइड

9-64] लेआउट चिन्हांकित करण्यासाठी कोणते साधन वापरले जाते?

अ] मायक्रोमीटर

ब] व्हर्नियर

क] डेप्थ गेज

ड] व्हर्नियर उंची मापक

10-65] व्हर्नियर उंची गेजसह चिन्हांकित करताना, कामाचा तुकडा सामान्यतः ---------- असतो.

अ] कोन प्लेटद्वारे समर्थित

ब] दुसर्या कामाच्या तुकड्याने समर्थित

क] एका हाताने धरलेला

ड] समर्थनाशिवाय आयोजित

औद्योगिक प्रशिक्षण संस्था

मासिक चाचणी-5 , गुण- 20, तारीख:- ________________

(प्रत्येक प्रश्नाला दोन गुण असतात)

1-73] खालीलपैकी कोणता भाग संयोजन संचाचा नाही?
अ] साठा
ब] चौकोनी डोके
क] संरक्षक डोके
ड] केंद्र प्रमुख
2-74} डायल टेस्ट इंडिकेटरचे उपयोग ----------
अ] समांतरता आणि सपाटपणासाठी समतल पृष्ठभाग तपासणे
ब] शाफ्ट आणि बार्सचा सरळपणा तपासण्यासाठी
क] छिद्र आणि शाफ्ट्सची एकाग्रता तपासण्यासाठी
ड] वरील सर्व
3-75] डायल चाचणी निर्देशक दर्शवितात की मापन -------
अ] विवर्धित लहान भिन्नता बिंदूद्वारे आकार आहे
ब] वरच्या पायऱ्यांमधील फरक 5 मि.मी
क] घटकाचा वास्तविक आकार
ड] परिमाण थेट वाचन
4-76] मापन केलेल्या लहान भिन्नतेला मोठे करणाऱ्या साधनाचे नाव द्या.
अ] व्हर्नियर कॅलिपर
ब] मायक्रोमीटर
C] डायल इंडिकेटर
ड] पोलादी नियम
5-77] सरफेस प्लेट्स .... पासून बनतात.
अ] उच्च दर्जाचे कास्ट स्टील
ब] बारीक दाणेदार कास्ट आयर्न
क] मिश्र धातु स्टील्स
ड] लोह
6-79] पृष्ठभागाच्या प्लेटचा मुख्य वापर .... साठी आहे.
अ] विश्रांती स्थिरता
ब] घटक पृष्ठभाग लॅपिंग
सी] डेटा पृष्ठभाग चिन्हांकित करणे
ड] पोलादी नियम
7-80] तपासणीसाठी ब्लॉक पातळी वापरली जाते
अ] फक्त कोनीय संरेखन
ब] अनुलंब आणि क्षैतिज संरेखन
क] फक्त उभ्या संरेखन

ड] फक्त क्षैतिज संरेखन

8-81] सपाट पृष्ठभाग दंडगोलाकार पृष्ठभागावर बारीक करण्यासाठी आपण --------- वापरतो.

अ] वैश्विक दुर्गुण

ब] चुंबकीय चक

C] 'U' clamps सह 'V' ब्लॉक

ड] साधा दुर्गुण

9-82] दंडगोलाकार कामाच्या तुकड्याचा चेहरा 90° वर बारीक करणे ------

A] 'C' क्लॅम्प असलेली कोन प्लेट

ब] सार्वत्रिक दुर्गुण

क] साधा दुर्गुण

D] 'v' क्लॅम्पसह 'v' ब्लॉक

10-83] v ब्लॉकचा उद्देश ------ आहे.

अ] सपाट पृष्ठभाग धरून ठेवणे

ब] दंडगोलाकार पृष्ठभाग धरून ठेवणे

टॅक्सी]

ड] यापैकी नाही

औद्योगिक प्रशिक्षण संस्था

मासिक चाचणी-6 , गुण- 20, तारीखः- _______________

(प्रत्येक प्रश्नाला दोन गुण असतात)

1-86] सिलिकॉन कार्बाइड --------- अॅल्युमिनियम ऑक्साईडपेक्षा आहे.

अ] मऊ

ब] कठिण

क] लहान

ड] मोठा

2-88] गो या अक्षरांनी कोणता दर्शविला जातो?

अ] सिलिकॉन कार्बाइड

ब] पांढरा अॅल्युमिनियम ऑक्साईड

C] हिरवे ग्रिट सिलिकॉन कार्बाइड

ड] अॅल्युमिनियम ऑक्साईड

3-89] ------------ कमी तन्य शक्ती सामग्रीसाठी वापरला जातो

अ] अॅल्युमिनियम ऑक्साईड

ब] ग्रीन ग्रिट सिलिकॉन कार्बाइड

C] सिलिकॉन कार्बाइड

ड] पांढरा अॅल्युमिनियम ऑक्साईड

4-90] ---------- नॉन-फेरस पदार्थ पीसण्यासाठी वापरला जातो

अ] सिलिकॉन कार्बाइड

ब] अॅल्युमिनियम ऑक्साईड

C] पांढरा अॅल्युमिनियम ऑक्साईड

ड] ग्रीन ग्रिट सिलिकॉन कार्बाइड

5-91] ग्राइंडिंग व्हीलचे नाव द्या जे ग्राइंडिंग जलद आणि थंड करते.

अ] अॅल्युमिनियम ऑक्साईड

ब] सिलिकॉन कार्बाइड

क] हिरा

ड] घन बोरॉन ऑक्साईड

6-92] कोणत्या अपघर्षकामध्ये कडकपणा सर्वाधिक असतो?

अ] कोरंडम

ब] सिलिकॉन कार्बाइड

क] बोरॉन नायट्राइड

ड] हिरा

7-93] बारीक धारदार उपकरण पीसण्यासाठी योग्य असलेल्या ग्राइंडिंग व्हीलचे बॉन्ड .... आहे.

अ] शेलॅक

ब] धातू

क] रेझिनोइड

ड] विट्रिफाइड

8-94] हे 'R' अक्षराने दर्शविले जाते आणि चाके कापण्यासाठी योग्य आहे

अ] विट्रिफाइड बॉण्ड

ब] सिलिकेट बंध

क] शेलॅक बाँड

ड] रबर बंध

9-95] हे अक्षर B द्वारे दर्शविले जाते आणि जेथे जलद स्टॉक काढणे आवश्यक असेल तेथे वापरले जाते ---

अ] शेलॅक बाँड

ब] रबर बंध

क] रेझिनोइड बंध

ड] सिलिकेट बंध

10-96] ग्राइंडिंग व्हीलमध्ये बाँडचा वापर ------ आहे.

अ] काम दळणे

ब] साहित्य एकत्र ठेवणे

क] ग्राइंडिंग व्हील आकार पासून

ड] अपघर्षक दाणे धरून चाकाचा आकार तयार करणे

औद्योगिक प्रशिक्षण संस्था

मासिक चाचणी-7 , गुण- 20, तारीखः- ______________

(प्रत्येक प्रश्नाला दोन गुण असतात)

1-101] ग्राइंडिंग व्हील 46 चा ग्रिट आकार दिलेला आहे, योग्य ग्राइंडिंग ऑपरेशन निवडा ----------

अ] पेडेस्टल ग्राइंडिंगसाठी वेल्डरच्या दुकानात काठ तयार करण्यासाठी वापरला जातो

ब] पृष्ठभागाच्या ग्राइंडरवर खडबडीत जॉब रफिंग आणि फिनिशिंग दोन्हीसाठी

क] पृष्ठभाग ग्राइंडरवर रफिंग ऑपरेशनसाठी

ड] दंडगोलाकार ग्राइंडरमध्ये वापरण्यासाठी

2-102] ग्राइंडिंग ऑपरेशनसाठी

बेंच ग्राइंडर फिनिशिंग ऑपरेशनवर ब्लंट सिंगल पॉइंट टूल्स पुन्हा तीक्ष्ण करण्यासाठी ग्राइंडिंग व्हीलचा आकार योग्य आहे ----------

अ] ३६

ब] ४६

क] 60

ड] 80

3-103] ग्राइंडिंग ऑपरेशनमध्ये, मऊ साहित्य पीसण्यासाठी --------

अ] भरड धान्याचा आकार वापरला जातो

ब] फिन धान्याचा आकार वापरला जातो

क] मध्यम आकाराचे धान्य वापरले जाते

ड] कोणत्याही आकाराचे धान्य वापरले जाऊ शकते

4-104] ओपन स्ट्रक्चर्ड व्हील ---------- साठी वापरले जाते.

अ] चांगले थंड करणे आवश्यक आहे

ब] कामाचा वेग

क] रफ फिनिशिंग

ड] हलके आणि जुने यंत्र

5-105] ग्राइंडिंग व्हीलची रचना -------- यावर अवलंबून असते.

अ] ग्राउंड असल्याने सामग्रीची कडकपणा

ब] ग्राइंडिंग ऑपरेशनचे स्वरूप

क] समाप्त करणे आवश्यक आहे

D] हे सर्व (v] ग्रेड

6-106] मऊ चाक वापरले जाते तेव्हा

अ] काढल्या जाणाऱ्या सामग्रीचा साठा जास्त जड कापलेला आहे

ब] उच्च समाप्त आवश्यक

क] संपर्काचे क्षेत्र अधिक आहे

ड] कठीण साहित्य दळणे

7-107] मी ग्रेड किंवा ग्राइंडिंग व्हील यावर अवलंबून असते................

अ] कोमलता

ब] कडकपणा

क] ठिसूळपणा

ड] सच्छिद्रता

8-108] ln ग्राइंडिंग सराव, चाकाचा कडकपणा किंवा चाकाचा दर्जा" या शब्दाचा संदर्भ -------- आहे.

अ] वापरलेल्या अपघर्षकांची कडकपणा

ब] चाकाच्या बंधाची ताकद

क] कामाच्या तुकड्याची कडकपणा

ड] वापरलेले अपघर्षक प्रकार

9-109] ग्राइंडिंग व्हीलचे मानक आकार ---------- द्वारे नियुक्त केले जातात

अ] संख्येचे प्रकार

ब] धान्यांचे प्रकार

क] चाकांचे प्रकार

ड] आकारांचे प्रकार

10-110] वर्क पीसमध्ये प्रदान केलेले अवशेष छिद्र
ग्राइंडिंग व्हीलच्या तीक्ष्ण ----------- सामावून घेतात.

अ] कोपरा

ब] मध्य

क] क्रॉस

ड] चेहऱ्याला समांतर

औद्योगिक प्रशिक्षण संस्था

मासिक चाचणी-8 , गुण- 20, तारीखः- _______________

(प्रत्येक प्रश्नाला दोन गुण असतात)

1-116] ग्राइंडिंग व्हील स्पेसिफिकेशन 51-A-46-H-5-VS असे दिले आहे ज्यामध्ये क्रमांक 46 म्हणजे ----

अ] श्रेणी

ब] बंध

क] धान्याचा आकार

ड] रचना

2-117] ग्राइंडिंग व्हील 51 A -46 -L 5 -V -23, A प्रतिनिधित्व --------

अ] बाँड प्रकार

ब] अपघर्षक प्रकार

क] धान्याचा आकार

ड] बाँड ग्रेड

3-118, एक ग्राइंडिंग व्हील पूर्ण आहे जे खालील घटक घेतात द्वारे निर्दिष्ट केले जाते

अ] अपघर्षक प्रकार, धान्य आकार, श्रेणी, रचना, बंध

ब] धान्याचा आकार, दर्जा, रचना, घर्षणाचा प्रकार, बोंड

क] रचना, बोंड, धान्य आकार, अपघर्षक प्रकार, ग्रेड

ड] वरीलपैकी काहीही नाही

4-119] काढल्या जाणार्‍या सामग्रीचा साठा हेवी कटसह अधिक आहे, आम्ही -------- वापरतो.

अ] मऊ चाक

ब] भरड धान्य खुली रचना आणि हार्ड ग्रेड चाक

क] बारीक धान्य आणि दाट रचना

ड] मऊ ग्रेड आणि खडबडीत हरभरा चाक

5-120} बारीक ग्रिट, हार्ड ग्रेड ग्राइंडिंग व्हील आवश्यक आहे ----------- खडबडीत मऊ ग्रेड चाकांपेक्षा ग्राइंडिंग भत्ते

अ] लीस

ब] अधिक

क] समान

ड] वरीलपैकी काहीही नाही

6-121] कठीण साहित्य दळण्यासाठी ----------

अ] रेषा धान्य आणि दाट रचना

ब] मऊ ग्रेड आणि भरड धान्य चाक

क] मऊ चाक.

ड] भरड धान्य खुली रचना आणि हार्ड ग्रेड चाक

7-122] मऊ ग्रेड आणि भरड धान्य चाक ---------

अ] कामाचा वेग कमी

ब] संपर्क क्षेत्र अधिक निवडक आहे

क] कठीण साहित्य पीसण्यासाठी

ड] उच्च समाप्त आवश्यक आहे

8-123] उच्च फिनिश आवश्यक आहे -------

अ] मऊ ग्रेड आणि भरड धान्य चाक

ब] मऊ चाक

क] बारीक धान्य आणि दाट रचना

ड] भरड धान्य खुली रचना आणि हार्ड ग्रेड चाक

9-124] हार्ड ग्रेड आणि दाट रचना चाक ----------

अ] चाकाचा उच्च वेग

ब] खडबडीत समाप्त

क] प्रकाश आणि जुन्या मशीनसाठी

ड] चांगले थंड करणे आवश्यक असल्यास

10-125] रफ फिनिश -----------‘ खुली रचना

अ] संरचित चाक उघडा

ब] भरड हरभरा an

क] नॅग्स चाक

ड] हार्ड ग्रेड आणि दाट रचना आणि संरचना चाक

औद्योगिक प्रशिक्षण संस्था

मासिक चाचणी-9 , गुण- 20, तारीखः- _______________

(प्रत्येक प्रश्नाला दोन गुण असतात)

1-131] आकृतीमध्ये दर्शविलेल्या मँडरेलच्या भूमितीय चाचणीचे नाव द्या.

अ] अंडाकृती तपासा

ब] टेपर तपासा

C] विक्षिप्त साठी तपासा

ड] एकाग्रतेसाठी तपासा

2-132] ISO 9000 .... शी संबंधित आहे.

उत्पादकता

ब] सुरक्षितता स्वच्छता

क] स्वच्छता

ड] नोंदी अद्ययावत करणे

3-133] पहिली ठिणगी ----- वाजता उचलली पाहिजे

अ] उजव्या हाताने कामाचा शेवट

ब] डाव्या हाताचे शेवटचे काम

क] कामाचा मध्य

ड] कामाचे उच्च स्थान

4-134] ------ साठी ग्राइंडिंग व्हील बॅलन्सिंग आवश्यक आहे

अ] चाक फिरवणे

ब] अधिक साहित्य काढण्यासाठी

क] पीसताना मशीनचे कंपन कमी करा

ड] जास्त वेगाने धावणे

5-137] मँडरेलवर 'बी' प्रकारचे केंद्र प्रदान केले आहे ------------------'

अ] केंद्र समर्थन संलग्न करण्यासाठी

ब] mandrel चालविण्यास

क] केंद्राचे नुकसान होण्यापासून संरक्षण करण्यासाठी

ड] वजन कमी करण्यासाठी 0 ई

6-139] कॉलर प्रकारातील मँडरेल्स ------ तपासण्यासाठी वापरतात.

अ] बोअर प्रकार घटक

ब] शाफ्ट प्रकार घटक

क] सीटिंग फेस घटकासह बोअर

ड] चेहरा बसण्याचा घटक

7-140] कोलेट्स ---------- यापासून बनवले जातात.

अ] सौम्य पोलाद

ब] टूल स्टील

क] स्प्रिंग स्टील

ड] बांधकाम स्टील

8-141] ग्राइंडिंग व्हीलवर नवीन स्थिती उघड करण्यासाठी, डायमंड पॉइंटला त्याच्या मागील स्थितीकडे वळवावे. 0

अ] ६०°

ब] ९०°

C] 45°

ड] 30

9-142] हे ऑपरेशन वारंवार केल्यास चाकाचे आयुष्य कमी होते d.

अ] चकाकी

ब] सत्य

क] मलमपट्टी

D] Loa mg

10-145] ग्राइंडिंग दरम्यान विकसित केंद्रापसारक शक्ती समान करण्याची प्रक्रिया ---------

अ] चकाकी

ब] सत्य

क] लोडिंग

ड] मलमपट्टी

औद्योगिक प्रशिक्षण संस्था

मासिक चाचणी-10 , गुण- 20, तारीखः- _______________

(प्रत्येक प्रश्नाला दोन गुण असतात)

1-151] ग्राइंडिंग व्हील -------- मुळे चमकते

अ] अपघर्षक धान्यांचा पोशाख

ब] बाँडचा पोशाख

क] चाकाला तडे

ड] चाकाला धार लावणे

2-152] कोरड्या दळण्यासाठी --------ओल्या दळण्यापेक्षा ग्राइंडिंग भत्ता आवश्यक आहे.

अ] कमी

ब] समान

क] अधिक

ड] यापैकी नाही

3-153] ओल्या ग्राइंडरचा फायदा म्हणजे ------------

अ] डस्ट एक्स्ट्रॅक्टरची आवश्यकता

ब] ग्राइंडिंग व्हील जलद परिधान करते

क] उडणारे कण वातावरण खराब करतात

ड] ग्राइंडिंग ऑपरेशन प्रभावीपणे नियंत्रित करण्यास सक्षम

4-154] शीतलक ग्राइंडिंग ऑपरेशनमध्ये वापरण्याचा उद्देश ------ आहे.

अ] कामाची उष्णता कमी करण्यासाठी

ब] चाकाची उष्णता कमी करण्यासाठी

क] चाकाची उष्णता कमी करण्यासाठी आणि पीसणारी धूळ वाहून नेण्यासाठी

D] मशीनचे तापमान राखण्यासाठी

5-155] पाणी आणि पॅराफिन मिश्रित शीतलक डायमंड व्हील ग्राइंडरसाठी वापरले जाते कूलंटचे मिश्रण गुणोत्तर......

अ] १:१

ब] १:२

क] 123

ड] १:४

6-156] कास्ट आयर्न आणि कडक पोलाद धातूंवर वापरण्यासाठी विरघळणारे तेल आणि पाण्याचे शीतलक मिश्रणाचे प्रमाण काय आहे?

अ] १:२०

ब] १:३०

क] १:४०

ड] 1:60

7-157] शीतलक धारणेवर ग्राइंडिंग व्हीलचा परिणाम होतो --------

अ] कडकपणा

ब] बाँड प्रकार

क] धान्याचा आकार

ड] सच्छिद्रता

8-158] खालीलपैकी कोणता द्रव कापण्याचा गुणधर्म नाही?

अ] कमी विशिष्ट उष्णता

ब] उच्च वंगण

ड] रासायनिक स्थिरता

C] उच्च फिल्म उत्कलन बिंदू

9-159] एक्स्ट्रीम प्रेशर ॲडिटीव्ह (ईपीए) त्याची शक्ती सुधारण्यासाठी कटिंग फ्लुइडमध्ये मिसळले जाते.

अ] थंड करणे

ब] स्नेहन

ड] मशीन केलेल्या पृष्ठभागाचे उत्पादन

क] कटिंग झोनची स्वच्छता

10-160] मशीन टूल्समध्ये स्नेहक वापरण्याचा मुख्य उद्देश ------ आहे.

अ] बनवण्याचे भाग थंड करा

ब] मशीन टूल गरम होण्यापासून प्रतिबंधित करा

C] जवळच्या संपर्कासाठी बनवण्याचे भाग ओले करा

ड] बनवणाऱ्या भागांमधील घर्षण कमी करा

औद्योगिक प्रशिक्षण संस्था

मासिक चाचणी-11 , गुण- 20, तारीख:- ______________

(प्रत्येक प्रश्नाला दोन गुण असतात)

1-381] चेहरा कॉपी करण्यासाठी........] टाईप टेम्प्लेट वापरला जातो

अ] गोलाकार

ब] प्लेट प्रकार

क] सपाट

ड] त्रिकोणी

2-382]............] सीएनसी मशीनचे मुख्य तत्व आहे का?

अ] सर्व अवस्था संख्यांमध्ये दर्शवा

ब] मशीनवरील यांत्रिक नियंत्रणासाठी अधिक वेळ आवश्यक आहे.

C] कटिंग गती मॅन्युअल नियंत्रणापेक्षा जास्त आहे.

ड] वर्कशॉपमधील उत्पादन क्रम मशीनमध्ये ब्लॉक नंबरद्वारे संग्रहित केला जातो.

3-383] एका शाफ्टच्या प्रतीसाठी.......] टाइप टेम्पलेट वापरला जातो.

अ] गोलाकार

ब] त्रिकोणी

क] सदनिका

ड] चौकोन

4-384] अखंड मार्गाची लक्षणे आहेत

अ] मोजणी प्रणाली म्हणतात.

ब] आंतरसंबंधित गतीसाठी को-ऑर्डिनेट अक्षावरील टूल आणि वर्क पीस.

क] कटर फीड आणि गती सेटिंग करून

ड] सर्व वर

5-385] Misc कमांड M30 म्हणजे........

अ] प्रोग्रामचा शेवट आणि रीसेट

ब] कार्यक्रम थांबवा

क] स्पिंडलची घड्याळाच्या दिशेने गती

ड] कार्यक्रम पूर्ण करा

6-386] अनुदैर्ध्य फीडसह अनसेटिंग स्पिंडल वर्टिकल मिलिंग मशीनसह मिलिंग करताना मिलिंग पृष्ठभागावर परिणाम होतो.

अ] बहिर्वक्र पृष्ठभाग

ब] अवतल पृष्ठभाग

क] त्रिज्या क्रॉस रेषा

ड] खडबडीत पृष्ठभाग

7-387] वर्टिकल मिलिंग मशिनद्वारे 12 मिमी डाय एंड मिल कटरद्वारे स्लॉटद्वारे मिलिंग करताना सौम्य स्टील प्लेटवर कटर स्लीप आहे आणि तो कसा टाळता येईल यासाठी कटर स्लीप आहे.

अ] हाय स्पीड स्पिंडल

ब] कमी कटिंग गती

क] कट खोली वाढणे

ड] कटरची खोली आणि फीड कमी

8-388] स्क्रूची 5 मिमी पिच आणि 40 : 1 चे विभाजन गुणोत्तर असणे, मिलिंग मशीनचे शिसे काय आहे

अ] 0.25 मिमी

ब] 5 मि.मी

क] 8 मिमी

ड] 200 मिमी

9-389] डाऊन मिलिंग ऑपरेशनसाठी बॅकलॅश एलिमिनेटर स्लॅप कटरचा वापर न केल्यास कोणती सुरक्षा पाळावी?

अ] कमी शिसे आणि खोली

ब] उच्च आघाडी

C] उच्च शिसे आणि कमी खोली

ड] उच्च शिसे आणि उच्च गती

10-390] शून्य ऑफसेट हे.....] आणि........ यांच्यातील अंतर आहे.

अ] G41 आणि g42

ब] यंत्र शून्य आणि कार्य शून्य

C] संदर्भ बिंदू आणि टॅपिंग मोड

ड] त्यापैकी एकही नाही

औद्योगिक प्रशिक्षण संस्था

मासिक चाचणी-12 , गुण- 20, तारीख:- ______________

(प्रत्येक प्रश्नाला दोन गुण असतात)

1-421] CNC प्रोग्राममध्ये टूल फंक्शन नंबर दर्शवण्यासाठी कोणते अक्षर वापरले जाते

अ] टी

ब] एस

सेमी

ड] एफ

2-422] सीएनसी प्रोग्राममध्ये प्रोग्राम स्टॉपसाठी विविध फंक्शन वापरले जातात

A] M03

ब] M00

C] M01

D] M02

3-423] खालील संकीर्ण फंक्शनपैकी एक पर्यायी स्टॉप प्रोग्राम करण्यासाठी वापरले जाते

अ] एम ०१

B] M 02

C] M 03

D] M 04

4-424] CNC प्रोग्राममध्ये विविध कार्य M02 वापरले जाते......

अ] कार्यक्रम थांबवा

ब] वैकल्पिक कार्यक्रम थांबवा

क] कार्यक्रमाचा शेवट

ड] घड्याळाच्या दिशेने स्पिंडल चालू

5-425] सीएनसी प्रोग्राममध्ये विविध फंक्शन M03 वापरले जाते.........

अ] घड्याळाच्या उलट दिशेने स्पिंडल चालू

ब] घड्याळाच्या दिशेने स्पिंडल चालू

क] स्पिंडल बंद

ड] साधन बदल

6-426] स्पिंडल स्टॉपसाठी CNC प्रोग्राममध्ये वापरलेले खालील संकीर्ण फंक्शनपैकी एक.

A] M04

ब] M05

C] M06

D] M07

7-427] सीएनसी प्रोग्राममध्ये टूल्स बदलण्यासाठी विविध फंक्शन वापरले जाते

A] M06

ब] M07

C] M09

D] M10

8-428] शीतलक चालू करण्यासाठी CNC प्रोग्राममध्ये वापरलेले खालील संकीर्ण फंक्शनपैकी एक

A] M08

ब] M09

C] M10

D] M11

9-429] CNC प्रोग्राममधील खालील संकीर्ण फंक्शनपैकी एक कूलंट बंद करण्यासाठी वापरले जाते

A] M11

ब] M10

C] M9

D] M15

10-430] सीएनसी प्रोग्राममध्ये मशीन टेबलवरील जॉब क्लॅम्पिंगसाठी कोणते विविध फंक्शन वापरले जाते.

A] M09

ब] M10
C] M11
D] M15

www.ingramcontent.com/pod-product-compliance
Ingram Content Group UK Ltd.
Pitfield, Milton Keynes, MK11 3LW, UK
UKHW021914190726
13853UKWH00002B/665